ഷൈന

മരണത്തെ പ്രണയിച്ചവൾ

മുഹ്സിൻ കാതിയോട്

RK PUBLISHING VENTURE

First published in 2022 by

RK PUBLISHING VENTURE

Paperback ISBN : 978 - 93 - 83007- 92 - 9

Shyna Maranathe Pranayichaval
Muhzin Kathiyode
Biography

An rk publishing venture book
000151419 - 00015

ഷൈന മരണത്തെ പ്രണയിച്ചവൾ
ജീവിതരേഖ
മുഹ്സിൻ കാതിയോട്

Typeset And Design : RK
Cover : RK Special Arrangement G
Printed and Bound in India

Address for RK Publishing Venture can be found at:
www.rkpublishingventure.com

മുഹ്സിൻ കാതിയോട്

കണ്ണൂർ ജില്ലയിലെ ഇരിക്കൂർ ചേടിച്ചേരി സ്വദേശി. ശ്രീകണ്ഠാപുരം ഹയർ സെക്കൻഡറി സ്കൂളിൽ നിന്നും പ്രാഥമിക വിദ്യാഭ്യാസം. തളിപ്പറമ്പ് സർ സയ്യിദ് കോളേജിൽ നിന്നും രസതന്ത്രത്തിൽ ബിരുദം. കാലിക്കറ്റ് സർവകലാശാല ക്യാംപസിൽ നിന്നും താരതമ്യ സാഹിത്യത്തിലും, ഫോക്‌ലോർ സ്റ്റഡീസിലും ബിരുദാനന്തര ബിരുദം. കാലിക്കറ്റ് പ്രസ് ക്ലബ്ബിൽ നിന്നും ജേർണലിസത്തിൽ പി ജി ഡിപ്ലോമ. മാധ്യമപ്രവർത്തന രംഗത്തും അധ്യാപന രംഗത്തും പ്രവർത്തിച്ചു. കാലിക്കറ്റ് സർവകലാശാല സെനറ്റ് മെമ്പറായിരുന്നു. ഇപ്പോൾ തിരൂർ തുഞ്ചത്തെഴുത്തച്ഛൻ മലയാള സർവകലാശാലയിലെ സംസ്കാര പൈതൃക പഠനകേന്ദ്രത്തിൽ ഗവേഷക വിദ്യാർത്ഥിയാണ്.

വിലാസം: കാതിയോട് ഹൗസ്, ചേടിച്ചേരി ദേശ മിത്രം
യു.പി സ്കൂളിന് സമീപം, ഇരിക്കൂർ പി.ഒ,
കണ്ണൂർ–670593
Email : muhzinkathiyode@gmail.com
Phone : 9567 89 89 92

ഉള്ളടക്കം

നന്ദി

മനില സി മോഹൻ

ആമുഖം

ഷൈനയെന്ന കവയത്രി ചിന്തകളുടെ കദന ഭാരത്താൽ ആളിക്കത്തി പ്രാണൻ വെടിഞ്ഞിട്ട് ഒരു വ്യാഴവട്ടം മിന്നി മറഞ്ഞു. 2008 മെയ് 9ന് ആത്മഹത്യ ചെയ്യുമ്പോൾ 28 വയസ്സിന്റെ ചെറുപ്പമായിരുന്നു അവൾക്ക്. ആത്മസംഘർഷങ്ങൾക്ക് വിരാമമിട്ട് മഷിയിൽ മുക്കിയ തൂലിക പാതിവഴിയിൽ എഴുത്ത് നിർത്തി പിരിഞ്ഞു പോയിട്ട് 13 വർഷം പിന്നിട്ടിരിക്കുന്നു. കാലിക്കറ്റ് പ്രസ് ക്ലബ്ബിലെ ജേർൺലിസം പഠന കാലയളവിലാണ് ഷൈനയുടെ കവിതകൾ എന്റെ ശ്രദ്ധയിലെത്തുന്നത്. ബ്ലോഗുകളും ഓർക്കുട്ടെന്ന സോഷ്യൽ മീഡിയ പ്ലാറ്റ്ഫോമും ഉയർന്ന് വന്ന കാലമായിരുന്നു, മുഖ്യധാര മാധ്യമങ്ങളിൽ വെളിച്ചം കാണാത്ത കവിതകളും കഥകളും ബ്ലോഗുകളിലൂടെ വെളിച്ചം കണ്ടു. എഴുത്തുകാരും വായനക്കാരും നേരിട്ട് സംവാദം നടത്താവുന്ന ഇടങ്ങളിൽ നിരവധി പ്രതി

ഭകൾ തങ്ങളുടെ രചനകൾ കത്രികപ്പൂട്ടില്ലാതെ പ്രസിദ്ധീകരിക്കാൻ തുടങ്ങിയ കാലം, അതിന് നിരവധി ആസ്വാദക ലോകവും രൂപപ്പെടാൻ തുടങ്ങിയ സമയത്ത് തന്നെയാണ് ഷൈനയുടെ കവിതകൾ കാണുന്നതും. ദു:ഖഭരിതവും മരണത്തിന്റെ മുഴക്കവും നിറഞ്ഞ കവിതകളായിരുന്നുയേറെയും. ഓരോ വരികൾ കഴിയുമ്പോഴും ഉള്ളിൽ മരണ വണ്ടിയുടെ ചൂളം വിളിയുയരും. കവിതയോടൊപ്പം കവയത്രിയും ജീവിച്ചു പക്ഷേ ഇത് മരിച്ചുപോയ ഒരു പ്രതിഭയുടെ വരികളായിരുന്നുവെന്നത് എന്നിൽ നിരാശ നിറച്ചു. അനേകം കവിതകളിലായി പുതുമയുള്ള ഇമേജറികൾ, ദു:ഖത്തിന്റെ ചഷകം നിറക്കേണ്ട ഉറവ എന്നേക്കുമായി മൂടപ്പെട്ടിരിക്കുന്നുവെന്ന യാഥാർത്ഥ്യം അംഗീകരിക്കാൻ ഏറെ പ്രയാസപ്പെട്ടു. കവിതയാൽ പൂത്ത ഉടൽ തീയിൽ വെന്തുപോയെന്നു കേട്ടപ്പോൾ സിൽവിയ പ്ലാത്തിന്റെയും വെർജിനിയ വൂൾഫിന്റെയും ആത്മഹത്യകളോട് താരതമ്യം ചെയ്തു മനസ്സിനെ പാകപ്പെടുത്തി. ഷൈനയെന്ന പ്രതിഭയുടെ മരണത്തോടൊപ്പം മണ്ണടിയേണ്ടതല്ല അവരുടെ കവിതകളെന്ന ബോധ്യമായിരുന്നു ഇത്തരമൊരു പുസ്തകത്തിന് എന്നെ പ്രേരിപ്പിച്ചത്. അതിന് നീണ്ട വർഷങ്ങളെടുത്തു. നിരവധി അന്വേഷണങ്ങൾ, യാത്രകൾ. ഓരോ തവണയും ഷൈനയുടെ കവിതകളും, അവളെക്കുറിച്ച് ചെറുകുറിപ്പുമായി എഴുതി പ്രസിദ്ധീകരിക്കുവാൻ തുനിഞ്ഞു. വ്യക്തിപരമായ പ്രശ്നങ്ങളാൽ തുടങ്ങിയിടത്ത് തന്നെ അവസാനിക്കുകയായിരുന്നു. ലോക്ഡൗൺ സമയമാണ് വീണ്ടും എഴുത്ത് തുടങ്ങുവാനും 2008 മെയ് 9ന് ആത്മഹത്യ ചെയ്ത എഴുത്തുകാരിയെ ചെറുതെങ്കിലും മലയാള സാഹത്യ ലോകത്ത് ഒരോർമ പുതുക്കലായി അവതരിപ്പിക്കാനും കഴിഞ്ഞത്.

എം.ടി. വാസുദേവൻ നായർ ഏകാന്തപഥിക യെന്ന ലേഖനത്തിൽ എഴുതുന്നു “എന്റെ തലമുറിയിലെ

ഒരു കാഥിക 34–ാം വയസ്സിൽ ആത്മപത്യ ചെയ്തു. സർഗ ശക്തി തുടിക്കുന്ന അതിലോലമായ ഒരു ഹൃദയവും ബാഹ്യ ജീവിതവുമായുള്ള പൊരുത്തക്കേടുകൾ പെരുകിപ്പെരുകിയാണ് ദാരുണമായ ഈ സംഭവത്തിൽ എത്തിച്ചേർന്നത്.''

1965 ജീവിതമുപേക്ഷിച്ചുപോയ രാജ ലക്ഷ്മിയെന്ന പ്രതിഭാധനയായ കഥാകാരിയുടെ കഥകൾക്ക് വർണ്ണവും ചിറകും നൽകിയ ഒറ്റപ്പാലം എൻ.എസ്.എസ്. കോളേജിലായിരുന്നു ഷൈനയും ഏഴ് വർഷം ജീവിച്ചത്. 43 വർഷത്തെ ഇടവേളയ്ക്കിടയിലാണ് ഷൈന ആത്മപീഢനമേറ്റ് സ്വയമെരിഞ്ഞടങ്ങിയത്.

ഓരോ മനുഷ്യരിലും ഒരായിരം വിശേഷമന്വേഷിക്കുന്ന സമൂഹം ഷൈനയുടെ ആത്മഹത്യയിലും കഥകൾ മെനഞ്ഞിരിക്കാം. ബാല്യകൗമാരങ്ങളിലൊക്കെയും തന്റെ ജീവിതം ചുറ്റിലുമുള്ളവർക്കൊരു ഭാരമാകുമോയെന്ന ആധിയാൽ ഷൈന നീറിയിരുന്നുവെന്ന് അവളുടെ കവിതയിലൂടെയും ഡയറിയിലൂടെയും കണ്ണോടിക്കുമ്പോൾ മനസ്സിലാവും. സമൂഹത്തിന്റെ ബൈനോക്കുലറുകൾ അവളുടെ മരണത്തിലേക്ക് തിരിച്ചു വെച്ചത് കൊണ്ടാണ് ഷൈനയുടെ പേരിൽ ഒരു പുസ്തകം പോലും ഇതുവരെ വെളിച്ചം കാണാതിരുന്നതെന്ന് ഞാൻ സംശയിക്കുന്നു.

ഷൈനയെക്കുറിച്ച് സൈബറിടത്തിലുള്ള വിവരങ്ങൾ വെച്ചാണ് ഒറ്റപ്പാലം എൻ.എസ്.എസ്. കോളേജിൽ പോയത്, അവിടെ അവൾ പഠിച്ച ഇംഗ്ലീഷ് ഡിപാർട്മെന്റും കവയത്രിയുടെ പ്രിയ അധ്യാപകരിൽ ഒരാളായ ജയകൃഷ്ണൻ മാഷെയും 2014ൽ അദ്ദേഹത്തിന്റെ വസതിയിൽ പോയി കണ്ടു, പക്ഷേ അദ്ദേഹം ഒരിക്കലും കാര്യമാത്ര പ്രസക്തമായ വിവരങ്ങൾ പങ്കുവെക്കാനോ, ഷൈനയെക്കുറിച്ചുള്ള ഓർമകൾ തുറന്ന് പറയാനോ തയ്യാറായിരുന്നില്ല. ഒരു പത്രപ്രവർത്തകന്റെ

അന്വേഷണാത്മകതയേക്കാൾ ഞാനാഗ്രഹിച്ചത് അവളുടെ കൂടുതൽ കവിതകൾ കണ്ടെടുക്കുകയും, അവളുടെ സൗഹൃദങ്ങൾ, കാഴ്ചപ്പാടുകൾ, സ്വഭാവ വിശേഷങ്ങൾ എന്നിവയെല്ലാം ഏഴ് വർഷങ്ങൾ അവൾ ചിലവഴിച്ച ക്യാംപസിൽ നിന്ന് വിണ്ടെടുക്കുകയായിരുന്നു, എന്നാൽ അത് അത്രയെളുപ്പത്തിൽ സാധിച്ചില്ല. പിന്നീടാണ് ഷൈനയുടെ ഭർത്താവായ സക്കീറിനെ ബന്ധപ്പെടാൻ ശ്രമിച്ചത്, അതിനായ് പട്ടാമ്പിയിലുള്ള എന്റെ പ്രിയ സുഹൃത്ത് ഷാഫിയെ വിളിച്ചു, ഷാഫിയാണ് സക്കീറിന്റെ നമ്പർ തരികയും അദ്ദേഹം ഇപ്പോൾ കോഴിക്കോടാണ് നിൽക്കുന്നതെന്നും പറഞ്ഞത്. കുറച്ച് ദിവസങ്ങൾക്ക് ശേഷമാണ് സക്കീറിനെ വിളിക്കുന്നത്, കോഴിക്കോട് പ്രൊവിഡൻസ് കോളേജ് റോഡിനടുത്തുള്ള വസതിയിൽ വെച്ചാണ് അദ്ദേഹത്തെ കണ്ടത്. ഷൈന തനിച്ചാക്കിപ്പോയ മകൻ അലന് വേണ്ടിയാണ് സക്കീറിന്റെ ഓരോ ദിനങ്ങളെന്നും അദ്ദേഹത്തോട് അൽപനേരം സംസാരിച്ചപ്പോൾ എനിക്ക് മനസ്സിലായത്. ഷൈനയുടെ കവിതകളും ഡയറിക്കുറിപ്പുകളും പ്രസിദ്ധീകരിക്കണമെന്നും അവളുടെ പ്രതിഭ മലയാള സാഹിത്യ ലോകം ചർച്ച ചെയ്യുന്ന നാൾ വരുമെന്ന പ്രത്യാശ പ്രകടിപ്പിച്ചുവെങ്കിലും ഈ ആമുഖമെഴുതുമ്പോൾ സക്കീർ ഷൈനയുടെ ലോകത്ത് അവളുടെ സുഹൃത്തായും പ്രിയതമനായും മാറിയിരുന്നു.

കോഴിക്കോട് നിന്ന് സക്കീറിനോട് യാത്ര പറഞ്ഞിറങ്ങുമ്പോൾ അദ്ദേഹം ആവർത്തിച്ച് പറഞ്ഞത്, നിങ്ങൾ ഷൈനയോടൊപ്പം തന്നെ പഠിക്കുകയും അറിയുകയും ചെയ്യേണ്ട പ്രതിഭയാണ് ഷൈനയുടെ ഉമ്മ തിത്തിക്കുട്ടി ടീച്ചറെന്നാണ്. അദ്ദേഹം പറഞ്ഞ പ്രകാരമാണ് തിത്തിക്കുട്ടി ടീച്ചറുടെ വീട്ടിൽ പോവുന്നതും അവരോട് ദീർഘനേരം സംസാരിക്കുന്നതും.

തന്റെ കവിതയിൽ
"അമ്മയെന്നാൽ നുണക്കഥയാണെനി-
ക്കമ്മയെന്നാൽ കരിം പുകമാത്രമാ-
ണെന്തിനെൻ
കുഞ്ഞിളം ബാല്യത്തെ
അന്ധകാരത്തിലെറിഞ്ഞു
നീ കാലമേ?

എന്ന് കവിതയിലൂടെ അഭിസംബോധന ചെയ്യപ്പെടുന്ന അമ്മയ്ക്ക് ക്രൂരമുഖമായിരുന്നു. എന്നാൽ തിത്തിക്കുട്ടി ടീച്ചറുമായി സംസാരിക്കുമ്പോൾ തന്റെ ദു:ഖങ്ങളെല്ലാം ദൈവത്തിൽ സമർപ്പിച്ച് ജീവിക്കുന്ന സൂഫിസത്തിന്റെ തേജസാണ് എനിക്ക് അനുഭവിക്കാൻ കഴിഞ്ഞത്.

തിത്തിക്കുട്ടി ടീച്ചറാണ് ഷൈനയുടെ ബാല്യത്തെക്കുറിച്ചും അവളുടെ മനസ്സിലെ അരക്ഷിതാവസ്ഥയെക്കുറിച്ചും സുഹൃത്തുക്കളിൽ ഒരാളായ ദിവ്യയെക്കുറിച്ചും ടീച്ചരാണ് എന്നോട് സൂചിപ്പിച്ചത്. ദിവ്യയുടേയും, മലയാള കവിതയിലെ പുതു കവിതകളിൽ വ്യത്യസ്ത പ്രമേയങ്ങളാൽ ശ്രദ്ധേയയായ കവയത്രി അമ്മു ദീപയുടേയും ഓർമകളിൽ നിന്നും ഷൈനയുടെ ജീവിതത്തിലെ വളരെക്കുറച്ച് നിമിഷങ്ങൾ മാത്രമാണ് ഈ പുസ്തകത്തിൽ ചേർത്തിരിക്കുന്നത്.

ഷൈനയ്ക്ക് മുൻപേ പാതിവഴിയിൽ ജീവിതമുപേക്ഷിച്ച നന്ദിതയുടെ കവിതകൾ കേരളീയ സാഹിത്യ മണ്ഡലത്തിൽ ഏറെ ചർച്ച ചെയ്യുകയുണ്ടായി. ഷൈനയെക്കുറിച്ചുള്ള ഈ പുസ്തകം, 28 സംവൽസരങ്ങൾ ജീവിച്ച, അപ്രകാശിതമായ അനേകം കവിതകളിന്നും ഡയറികളിൽ മറഞ്ഞിരിക്കുന്ന കവയത്രിയുടെ കവിതകളിലേക്കും, അതിലൂടെ അവരുടെ പ്രതിഭയെക്കുറിച്ചും സാഹിത്യലോകത്ത് ഒരു സംവാദത്തിന്റെ തുടക്കമാവാൻ ഈ കൃതിക്ക് കഴിയുമെന്ന് പ്രത്യാശിക്കുന്നു.

ഷൈനയുടെ ലോകം

കലാലയത്തിന്റെ വലിയ ഗേറ്റും കടന്ന് ഒറ്റപ്പാലം എൻ.എസ്.എസ് കോളേജിനുള്ളിലേക്ക് കടക്കുമ്പോൾ മെയ് ഫ്ളവറുകളാൽ ചുവന്നിരുന്ന 2008 ലെ പുലരിയിൽ കവിതയാൽ യാത്ര പറഞ്ഞിറങ്ങിപ്പോയ കവയത്രിയുടെ നിശ്വാസങ്ങൾ തേടിയാണിവിടെ വന്നത് എന്ന ചിന്ത എന്നെയാകെ തളർത്തി. മാഞ്ചോടും, വാകയും ചാവോക്കും മൗനപ്രണയത്താൽ പറുദീസയാക്കുന്ന ക്യാംപസിലാണ് ഷൈന സക്കീറെന്ന കവയത്രി തന്റെ ജീവിതത്തിലെ ഏഴ് വർഷം ചിലവഴിച്ചത്, ഇവിടെ നിന്നാണവർ പൂത്തത്, ഈ കാറ്റിനോടും മരങ്ങളോടുമാണവർ തന്റെ ആത്മസംഘർഷങ്ങൾ പങ്ക് വെച്ചത്. നീളൻ വരാന്തയിലെ ഓരത്തിരുന്നാണ് പലപ്പോഴും തന്റെ കവിതയിലെ ആദ്യ വരികൾ മനസ്സിൽ കോറിയിട്ടുണ്ടാവുക. വർണ്ണങ്ങൾ നിറഞ്ഞ കലാലയ ജീവിതത്തിനിടയിലും മരണത്തിന്റെ നിറവും രുചിയും അവൾ ആവാഹിച്ചു. 2008 മെയ് 9ന് ഷൈന ആത്മഹത്യ ചെയ്യുമ്പോൾ ഷൈനയുടെ പ്രായം 28 ആണ്, കോളേജിന്റെ പടിയിറങ്ങിയിട്ട്

അഞ്ചാണ്ട് ആവുന്നേയുള്ളൂ. എന്തിനായിരുന്നു ഷൈന ഇനി ഞാൻ മരിച്ചവരോടൊപ്പമാണെന്ന് മൗനമായി പറഞ്ഞിട്ടുണ്ടാവുക, ജീവിതത്തേക്കാൾ മരണത്തിന്റെ അനന്തമജ്ഞാത ലോകത്തെകുറിച്ച് സ്വപ്നം കണ്ടിട്ടുണ്ടാവുക.

ഷൈനയുടെ ഡയറികളിൽ, കവിതകളിൽ മരണത്തിന്റെ താഴ്‌വരയിലെ വസന്തത്തെക്കുറിച്ചുള്ള സ്വപ്നങ്ങളായിരുന്നു. ശിഥിലമാം കുടുംബത്തിൽ വളർന്നപ്പോൾ നുണഞ്ഞിറക്കിയ കയ്പുനീർ അവളുടെ ഹൃദയത്തെ ആഴത്തിൽ മുറിവേൽപ്പിച്ചുവോ? എങ്കിലും ബാക്കിവെച്ച കവിതകളും ഡയറിയുടെ താളുകളും മനസ്സിനെ കൊളുത്തി വലിക്കുന്നവയാണ്.

ബാല്യത്തിന്റെ ഏകാന്തതയിലും അവളുറങ്ങിയത് കവിതയിൽ ചാരിയാണ്. ചെറുപ്പം മുതലേ അക്ഷരങ്ങളും കവിതയുമവളെ പുണർന്നിരുന്നു. പക്ഷേ അവൾ പൂക്കളേയും, കിനാക്കളേയും, കാഴ്ചയേയുമെല്ലാം മരണത്തിന്റെ ചരടിൽ കോർത്താണെഴുതിയത്.

ഇരുപത്തിയെട്ടാം വയസ്സിൽ ആത്മഹത്യ ചെയ്ത പെൺകുട്ടിയോട് സമൂഹത്തിന് നിരവധി ചോദ്യങ്ങളുണ്ടാവാം, എല്ലാത്തിനുമുള്ള ഉത്തരമായി അവളുടെ ഡയറിത്താളുകൾ നമ്മോട് സംസാരിക്കും. അവൾ ഡയറിയിലെഴുതി...

തലച്ചോറുകൾക്കുള്ളിൽ
പുകയുന്ന
മരണത്തിന്റെ മണം
അവസാനത്തെ അത്താഴത്തിന്റെ
രുചി
നാവിൽ തേക്കുന്ന യൂദാസിന്റെ
ശബ്ദം
നഖങ്ങൾക്കുള്ളിലും മറഞ്ഞിരുന്ന്
ചീഞ്ഞുനാറുന്ന പാപത്തിന്റെ
മാംസം...
എല്ലാം പറയുന്നത്
പകലിന്റെ
രാത്രിയുടെ നഷ്ടങ്ങളെപ്പറ്റി.
ഉറഞ്ഞുറഞ്ഞു പോകുന്ന
നിശ്വാസങ്ങളെപ്പറ്റി

എനിക്ക് നഷ്ടപ്പെടുത്തണം
അതിലൂടെ എനിക്ക് നേടണം
നിങ്ങൾക്കും നേടിത്തരണം.

'മരണത്തിന്റെ മണം' എന്ന ശീർഷകത്തിൽ 8–11 –2000ത്തിൽ രാവിലെ 11.30ന് തന്റെ ഡിഗ്രി ക്ലാസ് മുറിയിൽ വെച്ചാണവൾ എഴുതിയത്. കൗമാര ബഹളങ്ങളും, പ്രണയത്തിന്റെ കൗതുകങ്ങളും നിറയുന്ന ഡിഗ്രി ക്ലാസ് മുറിയിലും അവൾ പ്രണയിച്ചത് മരണത്തിന്റെ തണുപ്പിനെയാണ്. ഡയറിയും കവിതയും എഴുതുമ്പോൾ അതിൽ കൃത്യമായി സമയവും, തിയതിയും സ്ഥലവും കുറിച്ചുവെക്കുന്ന ഷൈന മണ്ണിൽ ഒരണുവായി ലയിച്ചുചേരാനുള്ള വെമ്പലിൽ നിമിഷങ്ങളോരോന്നും എണ്ണിത്തീർക്കുകയാരുന്നോ? രോഗബാധിതരായി മരണത്തെ മുഖാമുഖം കാണുന്നവർ ഒരിത്തിരി നേരം ജീവിതത്തിന്റെ ആഹ്ലാദങ്ങളിൽ ഊളിയിട്ടിറങ്ങാൻ ആഗ്രഹിക്കുമ്പോൾ ഷൈന മരണത്തിന്റെ മാലാഖയോട് പ്രണയ സല്ലാപങ്ങളിലേർപ്പെടുക്കുയായിരുന്നു.

ഡിഗ്രി ക്ലാസ് മുറിയിലിരുന്ന് ഷൈന മരണത്തിന്റെ ഗന്ധമന്വേഷിക്കുമ്പോൾ എത്ര കാലം തന്റെ ജീവിതം മുന്നോട്ട് കൊണ്ട് പോവണമെന്നവൾ സങ്കൽപിച്ചിട്ടുണ്ടാവുമോ? ജീവിത ഗന്ധത്തേക്കാൾ മരണത്തിന്റെ മണം ഇത്രമേൽ ആകർഷിക്കാൻ കാരണം ബാല്യകൗമാരങ്ങൾ നൽകിയ മുറിവുകളാണോയെന്നും നിശ്ചയമില്ല.... എല്ലാം കവിതയുടെ കാതോരമാണവൾ മൊഴിഞ്ഞത്.

അമ്മ

അമ്മേയെന്ന് വിളിച്ച് സ്കൂൾ വിട്ട് ചെമ്പരത്തി അതിര് തിരിച്ചതൊടിയേലേക്ക് കേറുമ്പോൾ വാത്സല്യം നിറഞ്ഞ മറുവിളി കേട്ട ബാല്യം ഷൈനക്കുണ്ടായിരുന്നില്ല. അമ്മ കവിതയിൽ പൂത്ത കടലാസ് പൂവ് മാത്രമാണവൾക്ക്. അമ്മയെക്കുറിച്ച് ഒരു നവംബർ 20 തിങ്കളാഴ്ചയെഴുതിയ വരികളിൽ തന്റെ ബാല്യം കവയത്രി അടയാളപ്പെടുത്തിയിട്ടുണ്ട്.

അമ്മയെന്നാൽ
നുണക്കഥയാണെനി.
ക്കമ്മെയെന്നാൽ കരിംപുകമാത്രമാ
ണെന്തിനെൻ

കുഞ്ഞിളം ബാല്യത്തെ
അന്ധകാരത്തിലെറിഞ്ഞു
നീ കാലമേ?

ഈ കവിതയിലുടനീളം ഒരമ്മയുടെ തണൽ അതിയായി ആഗ്രഹിച്ചിട്ടും ലഭിക്കാതെ പോയ പെൺകുട്ടിയുടെ നൊമ്പരമാണ്. അമ്മയുടെ നിഴലും തണലും മകനേക്കാൾ എപ്പോഴുമാവശ്യപ്പെടുക മകളാണ്. അവളുടെ ബാല്യകൗമാര കാമനകളിൽ അമ്മയുടെ വാക്കിനും നോക്കിനും ഒരാൽ മരത്തേക്കാൾ വലിപ്പമുണ്ട്.

അമ്മയുടെ അഭാവം ഒരു വേദനയായിരുന്നുവെന്ന്, പ്രസവനാളുകളിൽ അവരനുഭവിച്ച മനോവ്യഥയെക്കുറിച്ച് അവരെഴുതുന്നുണ്ട്. പേടിയേയും, വേദനയേയും അനാഥത്വത്തേയും കുഴിച്ചുമൂടാൻ അമ്മയെന്ന നിലാവിന്റെ കണം തരാതിരുന്നതെന്തേ എന്ന് കാലത്തിനോട് കദനഭാരത്താൽ അവൾ ചോദിക്കുന്നുണ്ട്. അമ്മയോടുള്ള കവയത്രിയുടെ വികാരമെന്നത് ചങ്ങമ്പുഴയുടെ കവിതയിലെ വരികളാണെന്ന് തോന്നും.

"ഒരു പകുതി പ്രജ്ഞയിൽ നിഴലും നിലാവും, മറുപകുതി പ്രജ്ഞയിൽ കരിപൂശിയ വാവും" അമ്മയോട് ഷൈനയക്ക് തീർത്താൽ തീരാത്ത വെറുപ്പാവുമ്പോഴും അമ്മയുടെ സാന്നിധ്യം അവൾ എപ്പോഴും അതിയായി ആഗ്രഹിച്ചിരുന്നു.

അമ്മയോടൊപ്പം അവൾ തന്റെ അച്ഛനേയും വെറുത്തിരുന്നു. ഷൈനയുടെ അമ്മയെ വിവാഹമോചനം ചെയ്തതിന് ശേഷം മറ്റൊരു വിവാഹം കഴിച്ചിരുന്ന അച്ഛനെ കവിതയിൽ പോലും അലിവോടെ കണ്ടില്ല. തന്റെ കവിതയിലൊരിടത്ത് ഷൈനയെഴുതി

"ഞാനൊരു നിശാചരിയുടെ
മകളാണ്
കടുത്ത ചായക്കൂട്ടുകളുടെ
അന്ത്യയാമങ്ങളിൽ നിന്ന്
മുളപൊട്ടിയവൾ.
എനിക്ക് ലോകം നിറയെ
പിതൃക്കളാണ്
തർപ്പണം നടത്തണമെങ്കിൽ
കാക്കളുടെ എണ്ണം

വളരെ കുറവത്രേ...

മാർച്ചിലെ പുലരിയിൽ അവൾ തന്റെ ഡയറിയിലെഴുതിയ പിതൃതർപ്പണം എന്ന കവതയിലെ വരികളാണിത്. അമ്മയെ കവിതയിലാവാഹിച്ചിരുന്ന കവയത്രി എന്ത് കൊണ്ടായിരിക്കാം അച്ഛനെന്ന വാക്കും, വികാരവും ഓർമകളിൽ നിന്നുപോലും അകറ്റിനിർത്തിയത്.

കലാലയ വർണങ്ങൾ തെരുവിന്റെ ഛായാപടം വരച്ചിടത്ത് നിന്നും നിറമാർന്ന ജീവിതാഘോഷങ്ങളിൽ അഭിരമിച്ചു തുടങ്ങിയ കാലമായിരുന്നു തൊണ്ണൂറുകൾക്ക് ശേഷമുള്ള ക്യാംപസ്.

'നിങ്ങൾ ചോദിക്കുന്നു
അവന്റെ കവിത
ഇലകളേയും കിനാവുകളേയും
ജന്മനാട്ടിലെ കൂറ്റൻ
അഗ്നിപർവ്വതങ്ങളേയും കുറിച്ചു
സംസാരിക്കാത്തത്?
വരൂ, ഈ തെരുവുകളിലെ രക്തം കാണൂ
വരൂ, കാണൂ
ഈ തെരുവുകളിലെ രക്തം.
വരൂ, രക്തം കാണൂ!
ഈ തെരുവുകളിലെ രക്തം.

തൊണ്ണൂറുകൾ വരെ ക്യാംപസിനെ ത്രസിപ്പിച്ച നെരൂദയുടെ വരികളാണിത്. തന്റെ വളർച്ചയേക്കാൾ സമൂഹത്തിന്റെ വളർച്ചയും മാറ്റവും സ്വപ്നം കണ്ടിരുന്ന തലമുറയിൽ നിന്നും കലാലയ ജീവിതം വ്യക്തിജീവിത്തിന്റെ, തൊഴിലിടങ്ങളുടെ പരിശീലന കേന്ദ്രങ്ങളായി മാറിയ കാലമായിരുന്നു ഷൈനയുടെ കാവ്യചിന്തകൾക്ക് വർണം നൽകിയത്. സമര പോരാട്ടങ്ങളും പ്രണയത്താൽ ഉന്മാദിയായ മനുഷ്യരും അന്യമായ പുതിയ ലോകമായിരുന്നു ക്യാംപസുകൾ. വിദ്യാർത്ഥി രാഷ്ട്രീയം വസന്തത്തിന്റെ ഇടിമുഴക്കങ്ങൾക്കായ് കാതോർത്തില്ല, കാല്പനിക മോഹങ്ങളേക്കാൾ പ്രായോഗിക വഴികളായിരുന്നു ആ കാലഘട്ടത്തിന്റെ മുഖമുദ്ര. അതിന്റെ പ്രതിഫലനമാണ് ഷൈനയുടെ ക്യാംപസ് കവിതകൾ സ്റ്റെനോഗ്രാഫറെന്ന ശീർഷകത്തിൽ അവളെഴുതിയ വരികളിൽ ഇളം

കാറ്റിൽ കരിയിലകളുടെ മർമ്മരം പോലെ...

“തലയ്ക്കു മുകളിൽ വെച്ച
ശിഖരത്തിലൂടെ
ഊർന്നിറങ്ങിയ സൗന്ദര്യം
ആസ്വാദനത്തിന്റെ
കൊടുങ്കാറ്റിൽ പ്പെട്ട്
വിശപ്പുമറക്കുന്ന യൗവനം
ഡികാപ്രിയോയുടെ
പടത്തിനുവേണ്ടി
പുസ്തകം വലിച്ചു കീറിയ
പുതിയ കാമുകി
വെളുത്ത മനുഷ്യന്റെ
നരച്ച രോമങ്ങളിൽ
വിരലോടിക്കുന്ന പെൺകുട്ടി”

ഡിസംബറിന്റെ മഞ്ഞ് വീണ രാവിൽ അവളെഴുതിയ കവിതയിൽ രണ്ടായിരത്തിലേക്ക് പാദമൂന്നുന്ന കലാലയത്തിന്റെ ചിത്രമുണ്ട്.

“കാലത്തിന്റെ കപ്പലിൽക്കയറി
യാത്രക്കൊരുങ്ങുന്ന
കുഞ്ഞിന്റെ കരച്ചിൽ
–ലേബർ റൂമിൽ

എന്നെഴുതുന്ന കവയത്രി മറ്റൊരു കവിതയിൽ പറയുന്നു

“പിക്കാസോയുടെ ചിത്രം വാങ്ങിച്ച്
പെട്ടിക്കടയിൽ സൂക്ഷിക്കുന്ന
ബുദ്ധിജീവി
ഇപ്പോഴുമിപ്പോഴും...
സിഗരറ്റ് കുറ്റികൾ
എരിഞ്ഞ് കൊണ്ടേയിരിക്കുന്നു...

മരണത്തെ പ്രണയിച്ചവൾ

സ്വയമെരിഞ്ഞ് മറ്റുള്ളവർക്ക് വെളിച്ചവും സ്വപ്നവുമായി മാറിയ തൊണ്ണൂറുകളിലെ കലാലയമായിരുന്നില്ല ഷൈനയുടെ കാലത്തെ കലാലയം. വശ്യവും തിരയിളകുന്നതുമായ കണ്ണുകളും പ്രഭ വിതറുന്ന മുഖവുമുള്ള സുന്ദരിയെ ഒറ്റപ്പാലം എൻ.എസ്.എസ്. കോളേജിലെ അധ്യാപകരും സഹപാഠികളും മറക്കില്ല. ഏഴ് വർഷം ഷൈനയുടെ പേനയിൽ മഷി നിറച്ചതും കവിതകൾക്ക് കാവലിരുന്നതും ആ ക്യാംപസായിരുന്നു. മാഗസിൻ എഡിറ്ററായി മത്സരിച്ച് ജയിച്ച അവൾ ഇടയ്ക്ക് അതുപേക്ഷിച്ചെങ്കിലും കോളേജിന്റെ സർഗാത്മക ലോകത്ത് സജീവമായിരുന്നു.

ഇംഗ്ലീഷ് സാഹിത്യം പഠിച്ചപ്പോഴും മലയാളത്തിലായിരുന്നു ഷൈന തന്റെ വിചാരലോകം വികസിപ്പിച്ചത്. മലയാള സാഹിത്യത്തിലെ പ്രതിഭാധനരായ ബാലചന്ദ്രൻ ചുള്ളിക്കാടിന്റെയും, കമലാദാസിന്റെയും രചനകളായിരുന്നു അവളെ ആകർഷിച്ചത്. കവിതയിൽ ഒറ്റപ്പെടലിന്റെ നീറ്റലുകൾ

പ്രകടമെങ്കിലും ക്യാംപസിൽ ഷൈന സജീവ വിദ്യാർത്ഥി രാഷ്ട്രീയ പ്രവർത്തകയായിരുന്നു. മുഷ്ടി ചുരുട്ടി ഇടനാഴിയിൽ വെച്ച് അവൾ വിളിച്ച ഇങ്കിലാബിന്റെ പ്രതിധ്വനി കാതോർത്താൽ കേൾക്കാം...

മരണത്തിന്റെ മൂകതയിൽ തന്റെ ആഘോഷങ്ങൾ സ്വപ്നം കണ്ടിരുന്ന ഷൈന തന്റെ ക്യാംപസ് ജീവിതത്തിൽ പുറന്തോടിനുള്ളിലൊളിക്കാൻ നിന്നില്ല. ക്യാംപസ് ഇലക്ഷനിൽ എഡിറ്ററായി മത്സരിക്കുകയും ജയിക്കുകയും ചെയ്തവൾ. കോളേജ്, സോണൽ കലോത്സവങ്ങളിൽ തന്റെ കഴിവുകൾ പ്രകടമാക്കിയിരുന്നു. പാട്ടെഴുതുകയും പാടുകയും സംഗീതം നൽകുകയും ചെയ്തിരുന്ന ഷൈന സാംസ്കാരിക പരിപാടികളിലും കലോത്സവങ്ങളിലും ക്യാമ്പുകളിലുമൊക്കെ സജീവമായിരുന്നു. അത്യുത്സാഹത്തോടെ കലാലയത്തിന്റെ താളങ്ങൾക്കൊപ്പം ചുവട് വെക്കവേയാണ് ഒരിക്കൽ ഹോസ്റ്റൽ മുറിയിൽ വെച്ച് സ്ലീപ്പിംഗ് പിൽ കഴിച്ച് മരണത്തിന്റെ തണുപ്പിനെ കാത്തിരുന്നത്, പക്ഷേ അവൾ തോറ്റു. ആ തോൽവിയുടെ വേദനയാൽ 2000 ഫെബ്രുവരി 8 ബുധനാഴ്ച രാവിലെ അവളെഴുതി...

ചകിതമീരാത്രിയിൽ
നീലരക്തം പടർ-
ന്നൊഴുകും സിരാതന്തു
പൊട്ടിച്ചെടുത്തു നീ
കലിയിളകി നിൽക്കുന്നു
മരണമേ, ഞാനിനിയു-
മറിയാതെപൊയ്പോയ
കരളിന്റെ കഷ്ണം
തിരഞ്ഞൊടുവിലേകയായ്
പറയട്ടെ നിന്നോടു
പോകാം, നമുക്കിനി
തളിർവരണ്ടൊടുവിലെ-
ക്കിളിയും പറന്നുപോ-
യൊഴിയുമ്പൊഴും നേർത്ത
കാലടിപ്പാടുകൾ
പറയുന്ന മൗനത്തെ-

യൊരുകൂട്ടിലാക്കിത്തിടമ്പേറ്റി നിർത്തവേ
അഴിയെണ്ണി, ഇഴയെണ്ണി
കടലെണ്ണി, കരയെണ്ണി
മരവിച്ചുപോകുമ്പോൾ മരണമേനിന്നോടു
കരയുന്നു, ഞാനിന്നു പോകാം നമുക്കിനി.

മരണത്തിൻ സാഗരത്തിലേക്കാഴ്ന്നിറങ്ങാൻ വെമ്പിയിട്ടും തിരയിൽ തെറിച്ച് കരയിലെ തരിയിൽ പിടയ്ക്കുന്ന മത്സ്യത്തെപ്പോലെയാണ് കവയത്രി മരണം പിണങ്ങിപ്പോയപ്പോൾ പരിഭവത്തോടെ പറയുന്നത്...

ജീവിതത്തിൻ നൂലറ്റം പൊട്ടിച്ചെറിയുവാനാവാതെ, ആത്മഹത്യ ചെയ്യാനുള്ള ഓരോ ശ്രമങ്ങളും പരാജയപ്പെടുമ്പോഴും അവൾ ആരാധനയോടെ കണ്ടത് പാതി വഴിയിൽ ജീവിതമവസാനിപ്പിച്ചവരെയായിരുന്നു. താനോടിക്കളിച്ച മാഞ്ചോട്ടിലും, ചാവോക്കിന്റെ തണലിലുമെല്ലാം ജീവിച്ച രാജലക്ഷ്മിയെ ഷൈന ആരാധനയോടെയാണ് കാണുന്നത്, സ്വയം മരണം വരിച്ച രാജലക്ഷ്മിയെക്കുറിച്ച് അവളെഴുതുന്നു...

" പൊരിവെയിൽച്ചൂടിൻ
തളർച്ചക്കിതപ്പുകളി-
ലൊരു തണുപ്പാമിടവേള ഞങ്ങൾക്കു
പകരുന്നതാണു നിൻ
ചെറുകാറ്റുമിളനിലാ-നിഴൽതമ്മിലിണചേരു-
മതിഗൂഢരാക്കളും."

ജനുവരിയിലെ വെള്ളിയാഴ്ച വെയിൽ കത്തുന്ന നട്ടുച്ചയിലാണ് ഷൈന ഈ കവിതയെഴുതുന്നത്.

അടിയന്തിരാവസ്ഥക്കാലത്ത് 'നാമൊരു തോറ്റ ജനതയാണെന്ന്' പറഞ്ഞ് ആത്മഹത്യ ചെയ്ത സുബ്രമണ്യദാസിനെപ്പോലെയായിരുന്നില്ല ഷൈന. അവളുടെ മനസ്സിന്റെ സംഘർഷം ഭൂതകാലവും വർത്തമാനവും ചേർന്ന് രൂപപ്പെടുത്തിയ കലുഷിതമായ ഒരു മലവെള്ളപ്പാച്ചിലായിരുന്നു. തന്റെ ബാല്യവും അനാഥത്വവും രൂപപ്പെടുത്തിയ ചെറുനോവുപോലും ആഴത്തിലുള്ള മുറിവായി മാറുന്നത്ര ലോലമായിരുന്നു അവളുടെ മനസ്സ്. അതായിരിക്കാം സാമൂഹിക വിഷയങ്ങളേക്കാൾ ആത്മദു:ഖത്തിന്റെ പൂനീരുകൾ മോന്താൻ കവിതയിൽ

അവൾ തുനിഞ്ഞിട്ടുണ്ടാവുക. ബാല്യകാലം മുതലേ ഇത്തരം രീതികളാണ് ഷൈനയുടേതെന്ന് പന്ത്രണ്ടാം വയസ്സിൽ എഴുതിയ ഡയറിക്കുറിപ്പിൽ നിന്നും വായിച്ചെടുക്കാം. Shyna എന്ന് സ്വയമേ അഭിസംബോധന ചെയ്യുമ്പോൾ അവൾ തന്റെ ആത്മ വിനോടായിരിക്കാം സംവദിക്കുന്നുണ്ടാവുക... 1992 ഫെബ്രുവരിയിലെഴുതിയ ഡയറിയിലെ വരികളിതാണ്.

I hate you very much, നിന്നെ സ്നേഹിക്കാൻ ഈ ലോകത്ത് ആരുമില്ലെന്നറിഞ്ഞിട്ടും നീയെന്തിനിങ്ങനെ സ്നേഹത്തിന് വേണ്ടി ദാഹിക്കുന്നു. നീ ഈ ഭൂമിയിൽ പിറന്ന് വീണത് എല്ലാവർക്കും ഒരു ശാപമായിട്ടാണ്. വീട്ടുകാർക്കും കൂട്ടുകാർക്കും, നാട്ടുകാർക്കും. ജീവിതയാത്രയിൽ കണ്ടുമുട്ടുന്ന എല്ലാവർക്കും നീയൊരു വിഷസർപ്പമാണ്. നിന്റെ പത്തികൾ തല്ലിച്ചതക്കാൻ എനിക്ക് കൊതിതോന്നുന്നു. നീ മറ്റുള്ളവരെ എന്തിനാണിങ്ങനെ ദ്രോഹിക്കുന്നത് ? അവർ നിന്നോടൊന്നും ചെയ്യുന്നില്ലല്ലോ? സ്നേഹമെന്ന രണ്ടക്ഷരങ്ങൾക്ക് വേണ്ടി നീയെന്തിനിങ്ങനെ പോരാടുന്നു?....

ഒരു പന്ത്രണ്ടുകാരി പെൺകുട്ടിയുടെ വിചാരങ്ങളിലേറെയും എന്റെ ജനനം തന്നെ ഒരു പരാജയമാണെന്ന രീതിയിലാണ്. സ്നേഹത്തിന് വേണ്ടി ദാഹിക്കുന്ന പെൺകുട്ടി തന്റെ ദാഹം ചുറ്റിലുമുള്ള മനുഷ്യരെയെല്ലാം അലോസരപ്പെടുത്തുന്നുവെന്ന് പരിതപിക്കുന്നു. ഏകാന്തമായ അവളുടെ ലോകത്തിരുന്ന് സ്വയമേവ ആലോചിച്ചിരുന്നത് താനൊരു ഭാരമാണെന്നാണ്. ബാല്യത്തിൽ നിന്നും കൗമാരത്തിലേക്ക് കടക്കവേ തന്റെ മാനസിക സഞ്ചാരങ്ങൾ കുടഞ്ഞെറിയാൻ കവയത്രി ശ്രമിച്ചിരുന്നു. അവയെല്ലാം പൂക്കളായും പുഴുക്കളായും ഇരുളും വെളിച്ചമായും കവിതയിൽ വിടർന്നു വന്നു. കുഞ്ഞുനാൾ മുതലേ കൂടെയുണ്ടായിരുന്ന കാഴ്ചപ്പാടിന്റെ പൂർത്തീകരണമായിരുന്നു അവളുടെ ആത്മഹത്യയെന്ന് കാണാം...

ഫെബ്രുവരിയിലെ രാവെളിച്ചത്തിലിരുന്നു അവളെഴുതി

"ഹൃദയദ്വാരങ്ങളിലൂടെ
ചുരന്നുചാടുന്ന
പാപത്തിന്റെ കലാപരക്തം കുടിച്ച്
നിന്റെ വയർ വീർത്തുകൊണ്ടിരിക്കുന്നു.
യുക്തിയുടെ മുരിക്കിൻപശ ചേർത്ത്

അടച്ചുവെയ്ക്കപ്പെട്ട
വിസർജ്ജനാവയവങ്ങൾക്കുപോലും
ഇനി നിന്നെ രക്ഷിക്കാനാവില്ല.
നീണ്ട യാത്രാദൂരം താണ്ടി
വിരുന്നിനെത്തിയ
പകലിന്റെ മാലാഖമാർക്കു മുമ്പിൽ
തളർച്ചയുടെ മുടുപടം കൊണ്ട്
വീണ്ടൊരുക്കുവാൻ
നീ പഠിച്ചിരിക്കുന്നു.
ഇനി വിലപിച്ചിട്ടു കാര്യമില്ല.
ഇതൊരനിവാര്യതയാകുന്നു.
കലങ്ങിക്കലങ്ങി മാത്രം
തെളിയേണ്ട അനിവാര്യത."

ഓരോ വരികൾക്കിടയിലും അവൾ വേദനിക്കുന്ന, മുള്ള് തറച്ച തന്റെ ജീവിതം ഉൾച്ചേർക്കാൻ ശ്രമിക്കുന്നുണ്ട്. അല്ലെങ്കിൽ സ്വജീവിതത്തിന്റെ ഓരത്ത് നിന്നും ചെറു കല്ലുകൾ ചേർത്ത് വെച്ച് പണിയുന്ന സുന്ദര വീടുകളാണ് ഷൈനയുടെ കവിതകളെല്ലാം.

താൻ ഇടപഴകുന്നവർക്കെല്ലാം ഭാരമാണെന്ന് അവൾ ചിന്തിച്ചിരുന്നു. തന്റെ ജനനം തന്നെ ഒരു ദു:ശകുനമാണെന്നും ഒരു നാൾ പോലും ഈ ഭൂമിയിലൊരു ഭാരമാവാൻ ഞാനില്ലെന്നുമവൾ തന്റെ കുഞ്ഞുനാളിലെ കുനുകുനാക്ഷരങ്ങൾ മുതൽ കോറിയിട്ടിരുന്നു. മരണത്തിന്റെ തണുപ്പിലേക്ക് നടന്ന് കയറുന്ന ഷൈനയേയും അവൾ സങ്കൽപ്പിച്ചിരുന്നു. എം.എ.യ്ക്ക് പഠിക്കുമ്പോൾ ഹോസ്റ്റൽ മുറിയിൽ ഷൈനയുടെ ഭ്രാന്തുകൾക്കും മരുഭൂവിലെ നീരുറവ പോലെ ഇടയ്ക്കുണ്ടാകുന്ന വർണ്ണ ലോകത്തിനും സാക്ഷിയായിരുന്ന കവയത്രി കൂടിയായ അഞ്ജന തന്റെ കൂട്ടുകാരിയെക്കുറിച്ച് പറയുന്നത് "എല്ലാമവൾ തുറന്ന് പറയുമായിരുന്നു" എന്നാണ്. ഫാന്റസിയുടെ ഭാവനാത്മകമായ ലോകത്തിലൂടെയായിരുന്നു ഷൈനയുടെ സഞ്ചാരം. അവളുടെ വായനയും അന്വേഷണവുമെല്ലാം അങ്ങനെയായിരുന്നു. തന്നെയാരും വേണ്ടത്ര പരിഗണിക്കുന്നില്ലെന്ന തോന്നൽ അവളിൽ ശക്തമായിരുന്നു. സങ്കടത്തിന്റെ ചെറുകാറ്റടിക്കുമ്പോഴേക്കും അവൾ ആത്മസംഘർഷത്തിന്റെ ആഴത്തി

ലേക്ക് പതിക്കും.

വിവാഹത്തിന് ശേഷമാണ് ഷൈന എം.എ പഠനത്തിനായി ഒറ്റപ്പാലം എൻ.എസ്.എസിൽ വീണ്ടും വന്നത്, പ്രിയതമനായ സക്കീർ വിദേശത്തായിരുന്നു. പ്രണയാഗ്നിയിൽ നീറിയിരുന്നു അവൾ അക്കാലത്ത്. കവിതകളിൽ, ഡയറിയിൽ വിരഹവും പ്രണയവും പൂത്തു. പ്രണയത്തെ ഉന്നതനാം കർത്താവിലേക്കുയർത്തുന്ന രചനകളുണ്ടായി അവളിൽ നിന്നും....

"ചരിത്രം തിരുത്തി വ്യാഖ്യാനിക്കപ്പെടുമ്പോൾ
കരുണയുടെ നിസ്സംഗതയിൽ നിന്ന്
പ്രകാശഗോപുരങ്ങളിലേക്ക് നടന്നു
കയറിയ
ഇന്നിന്റെ ശക്തികളെ
കർത്താവിന്റെ തിരുവചനം പോലെ
സൂക്ഷിച്ചു വെക്കാൻ
വിധി നിയോഗിച്ചത് നിന്നെയായിരുന്നു"

ഡിഗ്രി പഠന കാലത്ത് മലമ്പുഴയിൽ വെച്ച് സാംസ്കാരിക സാഹിത്യക്യാമ്പിൽ വെച്ചാണ് ഷൈനയും സക്കീറും കണ്ട് മുട്ടുന്നത്. ആദ്യ കാഴ്ചയിൽ തന്നെ അവരിൽ ഒരിഷ്ടമുണർന്നു. തുടർന്ന് വിവാഹാലോചനയും വിവാഹവും നടന്നു. മംഗല്യപന്തലിലേറിയതിന് ശേഷമാണവർ പ്രണയത്തിൻ തേൻമഴ പൊഴിച്ചത്. പ്രേമത്തിന്റെ പരകോടിയിൽ നിന്നുമവൾ പതിച്ചത് സംഘർഷത്തിന്റെ ഗർത്തത്തിലേക്കായിരുന്നു. ഷൈനയുടെ മനസ്സിന്റെ സങ്കീർണതായിരുന്നുവത്.

വിവാഹശേഷം ഷൈന സക്കീറിന്റെ കൂടെയിരിക്കാനാണാഗ്രഹിച്ചത്. തന്റെ കാല്പനിക സഞ്ചാരങ്ങളും, ഫാൻറസിയുമെല്ലാം സക്കീറിലാണ് പിന്നീട് ചെന്നെത്തുന്നത്. പ്രിയതമന്റെ വേരിലും ഉടലിലും ഒരു വള്ളിയായി ചേർന്നിരുന്നപ്പോഴും ആത്മഹത്യയെന്ന സ്വപ്നം അവളിൽ അവശേഷിച്ചു. 2004 ജനുവരിയിലെഴുതിയ വരികളിൽ നിന്നുമത് വായിക്കാം...

"എന്റെ കണ്ണുകളിൽ നിന്ന്
കുഞ്ഞേ
ഇപ്പോൾ പതഞ്ഞൊഴുകുന്ന
രക്തവിഷാദം

എണ്ണപ്പെട്ട ദിവസങ്ങൾക്കപ്പുറം
നിന്നെ പുതപ്പിക്കുവാനുള്ളതാണ്
നിന്നോടുള്ള പ്രണയത്തിൽ
പിടഞ്ഞു പിടഞ്ഞു തീരുവാനുള്ള
എന്റെ തപസ്സ്
ഇനിയും
എന്നായിരിക്കും
തുടങ്ങാനിരിക്കുന്നത്?
കുഞ്ഞേ
എന്റെ ഏകാന്തയ്ക്കും
അനാഥത്വത്തിനും
നീയെന്ന മരുന്ന്
പകർന്നു തന്ന ദൈവം
സാഡിസ്റ്റായ ദൈവം
പക്ഷേ ഒന്നോർത്തുകാണില്ല
നീയടുത്തില്ലാതിരിക്കുമ്പോൾ
ഞാനനുഭവിക്കുന്ന ഏകാന്തതയും
അനാഥത്വും
അതിലും എത്രയോ ഇരട്ടിയായിരിക്കുമെന്ന് "

ആനന്ദത്തിലും പ്രണത്തിലുമെല്ലാവൾ ദു:ഖത്തിന്റെയുംമരണത്തിന്റെയും നിഴലുകളെകോർത്തുവെച്ചു.

പ്രണയത്തിന്റെ ഉന്മാദ ലോകത്തായിരുന്നു അക്കാലത്ത് തങ്ങളെന്ന് ഭർത്താവ് സക്കീർ പറയുന്നുണ്ട്. ഷൈനയുടെ മുടിച്ചുരുളിൽ ചൂടിയ പനിനീർപ്പൂവായിരുന്നു കടലിനക്കരെയുള്ള പ്രിയപ്പെട്ടവന് സമ്മാനമായ് അയച്ചത്. വിവാഹ ശേഷമുള്ള ദിനങ്ങളാണ് തന്റെ ജീവിത ചക്രത്തിലെ ഏറ്റവും സുന്ദര മുഹൂർത്തങ്ങളെന്ന് ഷൈന സുഹൃത്തുക്കളോട് പറഞ്ഞിരുന്നു. സക്കീറിനെഴുതിയ കത്തുകളിലെല്ലാം പ്രണയത്തിന്റെ തീകോരിയിടുന്നുണ്ടവൾ.

"മുറിവുകളിൽ നിന്ന് ചോര പൊടിയുന്നത്, പ്രിയനേ നീ കാണുന്നില്ലെന്നാണോ? എനിക്കറിയാം നിന്റെ മുറിവുകളിലും ചോര പൊടിയുന്നുണ്ടെന്ന്, എങ്കിലും അത് തുടച്ചെടുക്കാൻ ഞാനുണ്ടല്ലോ?" 2003 ഫെബ്രുവരിയിലെഴുതിയ കത്തിലെ വരികളാണിത്.

ബാല്യത്തിന്റെ മുറിവ് പ്രണയത്തിന്റെ ലേപനം പുരട്ടിയിട്ടും ഷൈനയിൽ നിന്നും മാറിയിട്ടില്ല. അതവളെ ആത്മസംഘർഷത്തിലേക്ക് തള്ളിവിട്ടു. ഉദരത്തിൽ ഒരു കുഞ്ഞ് വളർന്നപ്പോഴും പിന്നീട് അമ്മയായപ്പോഴുമെല്ലാം മരണത്തിന്റെ വഴിയന്വേഷിക്കുകയായിരുന്നു ഷൈന. 2006 സെപ്തംബർ 17 ന്റെ ഡയറിയിൽ മകന് വേണ്ടി മരിക്കണം എന്ന ശീർഷകത്തിൽ അവളെഴുതി

“ഞാൻ മരിക്കുക തന്നെ വേണം. ഒരു സ്വയം തിരിച്ചുപോക്ക്. അനിവാര്യതയായ സമയം അതിക്രമിച്ചിരിക്കുന്നു. എന്റെ വാവയെ ഓർത്തെങ്കിലും ഞാൻ മരിക്കണം. പക്ഷേ, എന്റെ പഴയ ധൈര്യം എവിടെയാണ് കളഞ്ഞു പോയത്? ദൈവമേ! ഈ വികൃത ജന്മത്തിന്, മിന്നൽപ്പിണരുപോലെ എല്ലാം അവസാനിപ്പിക്കാനുള്ള ഒരല്പം ധൈര്യം പകർന്ന് തരൂ”

സക്കീറും മകനും തന്റെ ജീവതത്തിലേക്ക് വന്നതിന് ശേഷം ഫാന്റസിയുടെ ലോകത്ത് പറന്നിരുന്ന പട്ടത്തിന്റെ ചരടറ്റം അവരിലായതിനാലാവാം മരണത്തിലേക്ക് എളുപ്പം നടക്കാനാവുന്നില്ലല്ലോയെന്ന് കവിതയിൽ വ്യസനിക്കുന്നത്. മനസ്സിന്റെ സഞ്ചാരങ്ങളോടൊപ്പം ജീവിതത്തിന് പലപ്പോഴും ഓടിയെത്താനായില്ലെന്നത് ഷൈനയിൽ വേദനയുടെ മുകിലായി മാറിയിരിക്കാം. ഇതിനിടയിൽ ഗൾഫിൽ നിന്നും ദക്ഷിണാഫ്രിക്കയിലേക്ക് മാറിയിരുന്നു സക്കീർ. ഫോൺ വിളികൾക്കിടയിലെ ദൈർഘ്യം പോലും ഷൈനയിൽ വേദനയായ് പടർന്നു. പ്രിയപ്പെട്ടവനേയെന്ന് വിളിച്ചു കൊണ്ടെഴുതി

“അകവും പുറവും ഒരു പോലെ എരിയുകയാണ്. നമുക്കിടയിൽ കരഞ്ഞു വളരുന്ന സമയത്തിന്റെ ദൈർഘ്യം ഒരു കറുത്ത മൂടൽമഞ്ഞ് പോലെ പരസ്പരം കാഴ്ച നഷ്ടമാക്കുമ്പോൾ, മുനിഞ്ഞു കത്തുന്ന എന്റെ പാഴ്‌വിളക്കിൽ നിന്ന് അവസാന ജ്വാലയും അണയാനൊരുങ്ങുകയാണ്... നമുക്ക് വീണ്ടും തുടങ്ങേണ്ടിയിരിക്കുന്നുവോ? ജലാംശം നഷ്ടപ്പെട്ട് എന്റെ പ്രണയത്തിന്റെ ഇലകൾ ഉണങ്ങിച്ചുരുങ്ങുന്നുവോ? ജലാംശം നഷ്ടപ്പെട്ട് എന്റെ പ്രണയത്തിന്റെ ഇലകൾ ഉണങ്ങിച്ചുരുങ്ങുന്നുവെന്ന് ഒരു മരവിപ്പോടെ തിരിച്ചറിയുമ്പോൾ വിരൽത്തുമ്പുകളിൽ പരസ്പരം മറന്നു പോയിരുന്ന ഒരു ഭൂതകാലത്തിലേക്ക്

അവിശ്വസനീയതയോടെയല്ലാതെ ഞാൻ ഓർമക്കൺ നീട്ടേണ്ടതെങ്ങനെ? നിനക്ക് ദൈവം നൽകിയ ഏറ്റവും കടുത്ത ശാപമാണ് ഞാൻ (നിനക്ക് മാത്രമല്ല എനിക്ക് ചുറ്റും എരിയേണ്ടിവന്നവർക്കെല്ലാം). എന്തിനാണീ വലിച്ചു നീട്ടി ഇല്ലാതാക്കുന്ന ഇന്നുകൾ? എന്റെ ഓർമകൾക്ക് വിങ്ങിപ്പൊട്ടുവാൻ മാത്രം വേണ്ടതെല്ലാം ഇന്നലെകളിൽ നീ തന്നു കഴിഞ്ഞുവല്ലോ? മരണത്തിന്റെ നേർത്ത നിശ്വാസ ദൂരങ്ങളിലേക്ക് ആസക്തിയോടെ മനസ്സ് കൂർപ്പിക്കുകയാണ് ഞാനിപ്പോൾ. എനിക്കൊഴിഞ്ഞ് തരുവാൻ ഈയൊരു സിംഹാസനം മാത്രമല്ലേയുള്ളൂ" ജാലകപ്പഴുതിൽ മരണത്തിന്റെ കാലൊച്ചയ്ക്കായ് കാതോർക്കുന്ന കവയത്രിയാണ് ഷൈന. പുതുമഴയുടെ ശബ്ദത്തിനായ് കാതോർത്തിരിക്കും പോലെ അവളെപ്പോഴും മരണത്തെ വരവേൽക്കാനിരിപ്പായിരുന്നു.

ജീവിതത്തിലേറ്റവും നിരാശ തോന്നിയത് ആത്മഹത്യാശ്രമങ്ങൾ പരാജയപ്പെട്ടപ്പോഴായിരുന്നുവെന്ന് അവൾ എഴുതിവെച്ചു. പ്രീഡിഗ്രിക്ക് പഠിക്കുന്ന കാലത്ത്, ക്യാംപസ് വർണ്ണങ്ങൾ കണ്ട് ഒരു ചിത്രശലഭത്തെപ്പോൽ നടക്കുമ്പോഴാണവൾ തന്റെ നീല ഞരമ്പ് മുറിച്ച് മരിക്കാൻ ശ്രമിച്ചത്. ഒടുവിലായ് മരിക്കാൻ ശ്രമിച്ച ദിനത്തിൽ തന്റെ ഏറ്റവും പ്രിയ കൂട്ടുകാരി അഞ്ജനയ്ക്ക് ഫോൺ ചെയ്തിരുന്നു. കാണാൻ ചെല്ലണമെന്ന് പറഞ്ഞു. പത്തനംതിട്ടയിലുള്ള അഞ്ജനയ്ക്ക് പക്ഷേ ഷൈനയെ കാണാൻ പോവാനായില്ല. പിന്നീട് വരാമെന്ന് പറഞ്ഞു. അന്ന് രാത്രി ഏറെ നേരം തന്റെ പ്രിയതമനോട് സംസാരിച്ചു. ഫോണിൽ ബാലൻസ് തീരാറായപ്പോൾ നാളെ വിളിക്കാമെന്ന് പറഞ്ഞു സക്കീർ വെച്ചു വാക്കുകൾ മുറിഞ്ഞു. നിശബ്ദമായ രാവിൽ ആളിക്കത്തിയ തീയിലവൾ നാളുകളായി താൻ ആഗ്രഹിച്ച ലോകത്തേക്ക് യാത്രയായി. പ്രിയപ്പെട്ട സക്കീറിനെയും മൂന്ന് വയസ്സുള്ള മകനേയും വിട്ട് അവളുടെ സ്വപ്നങ്ങളിലേക്ക് ചേക്കേറി.... ഷൈനയുടെ വാക്കുകൾ പോലെ

"ആത്മഹത്യ ഒരു പാപമല്ല
പാപിയുടെ പുണ്യം ചെയ്യലാണ്
പാപിയുടെ പുണ്യകർമമാണ്
പാപി ചെയ്യുന്ന പുണ്യമാണ്" പുണ്യം ചെയ്ത നിർവൃതിയോടെ അവൾ മണ്ണിൽ ലയിച്ചു...

കൈവിടാത്ത സ്നേഹം

ഷൈനയെക്കുറിച്ചുള്ള ഓർമകളും കവിതകളും ചേർത്ത് വെക്കുമ്പോൾ അതിനൊടുവിൽ ഷൈനയുടെ പ്രിയപ്പെട്ടവനെ ചേർത്ത് വെക്കാമെന്നും കൂടുതൽ വിശേഷങ്ങൾ എഴുതാമെന്നുമോർത്തിരുന്നു എന്നാൽ 7-6-2021 വ്യാഴാഴ്ച രാത്രി വാട്സ്ആപ്പിലൂടെ കണ്ണോടിക്കുമ്പോൾ പ്രിയഗാനങ്ങൾ പങ്ക് വെക്കുകയും ചർച്ചകൾ സംഘടിപ്പിക്കുകയും ചെയ്തിരുന്ന 'ഹൃദയഗീതങ്ങളിൽ' എന്ന ഗ്രൂപ്പിന്റെ മുഖചിത്രം സക്കീറിന്റേതായിരുന്നു. പുതുമയെന്തെങ്കിലുമുണ്ടോയെന്ന അന്വേഷണത്തോടെ ഗ്രൂപ്പിൽ കയറിയപ്പോൾ ഒരു നിമിഷം സ്തബ്ധനായി, ഹൃദയവും ആത്മാവും നമുക്ക് തന്ന് സക്കീർ വിട പറഞ്ഞിരുന്നു.

ഒരു വർഷം മുൻപാണ് ഷൈനയെക്കുറിച്ച് അറിയുവാൻ കോഴിക്കോട് പ്രൊവിഡൻസ് കോളേജിനടുത്തുള്ള വീട്ടിൽ വെച്ച് സക്കീറിനെ കാണുന്നത്. വെയില് താണിരുന്നു രാത്രിയിലേക്ക് മെല്ലെ നടന്ന് തുടങ്ങിയിരുന്നു. ഹൃദ്യമായ സ്വീകര

ണം. ആ വലിയ വീട്ടിൽ സക്കീർ ഒറ്റക്കായിരുന്നു അപ്പോഴുണ്ടായിരുന്നത്. മധുരനാരങ്ങയുടെ അല്ലികൾ അലിയിച്ച് ചേർത്തൊരു തണുത്ത വെള്ളം എനിക്ക് തന്നു.

ജീവിതത്തിൽ നിന്ന് എന്നേക്കുമായി വേർപിരിഞ്ഞു പോയ പ്രിയപ്പെട്ടവളെക്കുറിച്ച് ചോദിക്കുമ്പോൾ ആദ്യ വാചകമെന്തായിരിക്കണമെന്ന് ആയിരം തവണ മനസ്സിൽ ഉരുവിട്ടിരിന്നു. പക്ഷേ സക്കീർ പതിയെ അതിലേക്കെത്തിയിരുന്നു. അവളെന്തിന് പോയെന്ന് പ്രതിധ്വനികളും മറുപടിയുമില്ലാത്ത ചോദ്യം സക്കീറും എന്നോട് ചോദിച്ചു. ഞങ്ങളൽപം നേരം നിശബ്ദരായി. തുടർന്ന് സക്കീർ പറഞ്ഞു.

“മകൻ അലനും ഞാനും അവളില്ലാത്ത ലോകത്ത് ജീവിക്കുന്നു, അവന്റെ പഠനത്തിനായ് ഹോസ്റ്റലിൽ നിർത്തിയിരിക്കുകയാണ്. ഞങ്ങൾ വിദേശത്തും സ്വദേശത്തുമായി ഇടയ്ക്കിടെ യാത്ര പോകും, അലന് വേണ്ടിയാണ് എന്റെ ജീവിതം, അവനെ ഉമ്മയില്ലാത്ത വേദനയറിയിക്കരുത്' വാക്കുകൾ പറഞ്ഞ് നിർത്തിയപ്പോൾ സക്കീറിന്റെ കണ്ണിൽ കണ്ണീർ ഉരുണ്ടുകൂടിയിരുന്നു. ഞാൻ കാണാതിരിക്കനായി അയാൾ അത് മറക്കുവാൻ ശ്രമിക്കുന്നുണ്ട്.

ഷൈനയുടെ ധാരാളം കവിതകൾ കയ്യിലുണ്ട്. ഡയറികൾ എല്ലാം ഒരിക്കൽ പബ്ലിഷ് ചെയ്യണം. അസാമാന്യമായ കഴിവ് ഉള്ളവളായിരുന്നു പക്ഷേ.... സക്കീറിന്റെ വാക്കുൾ മുറിഞ്ഞു. അദ്ദേഹത്തിന്റെ ദു:ഖമകറ്റാനായി ഞാൻ മറ്റൊരു വിഷയമെടുത്തിട്ടു. അൽപനേരം ഗസലും, യാത്രകളും പങ്ക് വെച്ചു. ഏതാനും മാസം മുൻപ് കണ്ണൂർ ജില്ലയിൽ വന്നിരുന്നുവെന്നും അദ്ദേഹം തുടങ്ങുവാൻ പോകുന്ന പുതിയ 'ആയുർവേദ' കമ്പനിയുടെ ആവശ്യമാർത്ഥം വന്നതാണെന്നും പറഞ്ഞു.

സക്കീറിന്റെ മുഖം ഒരു വശത്തേക്ക് ചരിഞ്ഞുവോയെന്ന സംശയത്തിൽ സ്ട്രോക്കെങ്ങാനും വന്നിരുന്നോയെന്ന്. അപ്പോഴാണ് അദ്ദേഹം പറഞ്ഞത്' ഞാൻ ക്യാൻസറിനെ അതിജീവിച്ചതാണെന്നും താടിയെല്ലിന്റെ ഭാഗത്താണ് ക്യാൻസർ വന്നതെന്നും ഇപ്പോൾ നിരവധി ക്യാൻസർ രോഗികളുടെ കൂട്ടായ്മയിൽ Motivational Speaker ആയി പങ്കെടുക്കാറുണ്ടെന്നും പറഞ്ഞപ്പോൾ സക്കീർ എനിക്കൊരു വിസ്മയമായി മാറിയിരുന്നു.

ആ ചെറിയ സമയം കൊണ്ട് എഴുത്തിനെക്കുറിച്ചും, പാട്ടുകളെക്കുറിച്ചും, യാത്രയെക്കുറിച്ചും പറയുമ്പോൾ സക്കീർ തന്റെ വേദനകളെ മായ്ക്കുവാൻ പുതിയ ലോകം സൃഷ്ടിച്ച് അതിൽ ജീവിക്കുകയാണെന്ന് മനസ്സിലാവും.

നേരം ഇരുട്ടിത്തുടങ്ങിയപ്പോൾ പിന്നീട് നമുക്ക് സംസാരിക്കാം എന്ന് പറഞ്ഞിറങ്ങുമ്പോൾ സക്കീർ എന്നോട് പറഞ്ഞു 'നിങ്ങൾ ഷൈനയോടൊപ്പം അന്വേഷിക്കുകയും, എഴുതുകയും ചെയ്യേണ്ടത് അവളുടെ ഉമ്മ തിത്തിക്കുട്ടി ടീച്ചറെക്കുറിച്ചാണ് 'എന്ന് പറഞ്ഞ് ഷൈനയുടെ ഉമ്മയുടെ നമ്പർ തന്നു.

വിളിക്കാം... നമുക്ക് വീണ്ടും കാണാം എന്ന് പറഞ്ഞ് ഞങ്ങൾ പിരിഞ്ഞു. ഇടയ്ക്ക് വിളിക്കാറുണ്ടായിരുന്നു. വാട്സ് ആപ്പിലൂടെ വല്ലപ്പോഴും മെസ്സേജ് ചെയ്യാറുണ്ടായിരുന്നു. എന്നാൽ എല്ലാ പ്രതിസന്ധികളുടെ നടുവിലും കവിതകൾ കോർത്ത് വെച്ച് ഒരു പുസ്തകം അത് അദ്ദേഹത്തിന്റെ ഏറ്റവും വലിയ അഭിലാഷമായിരുന്നു. സക്കീർ പ്രിയപ്പെട്ടവളോടൊത്ത് ആ അനശ്വരലോകത്ത് അനന്തകാലം കഴിയട്ടെയെന്ന് ആശംസിക്കുകയല്ലാതെ വിധിയോട് എങ്ങനെ നമുക്ക് കലഹിക്കാനാവും.

അമ്മയെന്ന നുണക്കഥ തേടി...

മണ്ണാർക്കാട് നിന്നും അട്ടപ്പാടിയിലേക്കുള്ള ബസ്സിൽ കയറി പുഞ്ചക്കോട് സ്റ്റോപിലിറങ്ങി അബ്ദുറഹിമാൻ മഖാമിലേക്കുള്ള റോഡിലൂടെ നൂറ് മീറ്റർ മുന്നോട്ട് നടന്നപ്പോൾ വലത്ത് വശം ചേർന്ന് തിത്തിക്കുട്ടിയെന്ന ബോർഡ് കാണാം. മുറ്റം നിറയെ ചെടികളും പൂക്കളും പടവലവും നിറഞ്ഞിരിക്കുന്ന ഓട് മേഞ്ഞ വീട്ടിൽ വേവുന്ന കടലുമായൊരാൾ ഏകാന്തമായിരിപ്പുണ്ട്, തിത്തിക്കുട്ടിടീച്ചർ, ഷൈനയുടെ മാതാവ്. മോനുവോങ്ങ് കയറ്, ചുമന്ന സാരിയുടെ തലപ്പ് തലയിലേക്ക് വലിച്ചിട്ട് കട്ടിലിൽ തലയണ ചേർത്ത് ഇരിക്കുന്നു. തുടയെല്ല് പൊട്ടി ഓപ്പറേഷൻ ചെയ്തിരിക്കുകയാ എഴുന്നേൽക്കാൻ ചെറിയ പ്രയാസണ്ട് മോനിരിക്ക് ചെറു ചിരിയിൽ ദു:ഖത്തിന്റെ പാനപാത്രം കുടിച്ചിരിക്കുന്ന സ്ത്രീയെയല്ല ഞാനാദ്യം കണ്ടത്. ഷൈനയുടെ കവിതയിൽ ദർശിച്ച സ്നേഹ ശൂന്യയായ കഥാപാത്രത്തെയാണ്.

മൗനം ഇരുവർക്കുമിടയിൽ നിന്നും തെല്ലകന്നു പതിയെ

പതിയെ നാട് വീട് അങ്ങനെയങ്ങനെ ഷൈനയിലേക്ക്, ഒരു വ്യാഴവട്ടം മുൻപ് തന്റെ ജന്മം മറ്റുള്ളവർക്കൊരു ഭാരമെന്നോതി മൺമറഞ്ഞവൾ, കവനകൗമുദിയാൽ കാന്തി വിടർത്തിയ കവയത്രി.

എന്തിനവൾ ആത്മഹത്യ ചെയ്തു? ഒരിക്കലും തിരാത്ത വിഷാദമെന്തായിരുന്നു?

ഉമ്മപറഞ്ഞു തുടങ്ങി
താതൻ മറന്നാൽ
തനയൻ തുടർന്ന്
തത് വൃത്തകാണ്ഡം
പരിപൂർണ്ണമാക്കും

ഷൈനയുടെ കവിതയിലൂടെ വാക്കിലൂടെ അറിഞ്ഞ ഉമ്മയല്ല തിത്തിക്കുട്ടിയെന്ന അനേകം ശിഷ്യസമ്പത്തുള്ള തിത്തിക്കുട്ടി ടീച്ചർ. വാക്കിൽ, നോക്കിൽ എല്ലാം ആർദ്രമായ ഒരമ്മയാണവർ കുട്ട്യേന്റെ കയ്യ് കണ്ടോ? ഇത് പറഞ്ഞ് വാർദ്ധക്യത്തിന്റെ ചുളിവുകൾ വീണ വെളുത്ത തന്റെ കൈത്തണ്ട കാണിച്ചു. നാലഞ്ച് മുറിവുണങ്ങിയ വരകൾ കാണാം. ഞരമ്പ് മുറിച്ചതാ ചാവാൻ, ചത്തില്ല... ജീവിതം ഒരടി മുന്നോട്ട് പോവാൻ കഴിയില്ലെന്ന് കരുതുമ്പോൾ മരിച്ചാൽ മതിയെന്ന് കരുതും. അങ്ങനെ പലതും ചെയ്തു. തനിക്ക് ചെയ്യാനാവാത്ത പ്രവൃത്തിയാണ് ഷൈന പൂർത്തിയാക്കിയത്. സ്നേഹത്തിന് വേണ്ടി ദാഹിച്ചിരുന്നവളായിരുന്നു അവൾ, അമ്മയുടെ അച്ഛന്റെ അതൊന്നും അവൾക്ക് ലഭിച്ചില്ല. അതിന്റെ ദു:ഖം ആഴത്തിലവളിലുണ്ടായിരുന്നു... വിഭ്രാന്തിയുടെയും...

വിഷാദത്തിന്റെ ലോകത്തായിരുന്നു പലപ്പോഴും ഞാൻ... ബാല്യം മുതൽ ഞാനനുഭവിച്ച ജീവിത പീഢകളായിരിക്കാം ഒരുപക്ഷേ എന്നെ കനിവിന്റെ ഒരുതുള്ളി തേൻകണം പോലും മകൾക്കും മകനും നൽകാൻ കഴിയാതെ പോയ അമ്മയാക്കി മാറ്റിയത്. ഒരു നെടുവിർപ്പോടെ തിത്തിക്കുട്ടി ബാല്യത്തിലേക്കും യൗവനത്തിലേക്കും യാത്ര നടത്തി. നമ്പൂതിരി ഇല്ലത്തെ തമ്പുരാട്ടിക്കുട്ടിയുടെ മകളായിരുന്നു. ദേവകി അന്തർജനത്തിന്റെയും ഇബ്രാഹിമിന്റെയും മകളായിരുന്നു. കുടുംബത്തിലെ മൂത്ത സന്തതിയായിരുന്നു. പിതാവ് ഇബ്രാഹിം ഉമ്മയെ പ്രണയിച്ച് വിവാഹം കഴിച്ചതായിരുന്നു,

അമ്മ ഒരു മുയലിനെപ്പോലെയായിരുന്നു അച്ഛൻ സിംഹവും, സ്വപ്നങ്ങളും, ചിന്തകളും ഒരുപാടുണ്ടായിരുന്നു ആ അമ്മയുടെ മനസ്സിൽ എങ്കിലും അതൊന്നും ഒന്ന് തുറന്ന് പറയുകയോ പ്രകടിപ്പിക്കുകയോ ചെയ്യാതെ സ്വപ്നങ്ങളുടെ മയ്യത്തുകളായിരുന്നു അവരുടെ മനസ്സെന്ന് തിത്തിക്കുട്ടി തന്റെ മാതാവിനെക്കുറിച്ച് പറയുന്നു. ഉപ്പക്ക് സ്നേഹമൊക്കെയുണ്ട്. പക്ഷേ അതൊക്കെ ഉപ്പാന്റെ മനസ്സിൽ മാത്രം. പുരുഷ മേധാവിത്വത്തിന്റെ കാലമാണത്. ഒന്നുറക്കെ ശബ്ദിക്കാൻ സ്ത്രീകളെ അനുവദിക്കാതിരുന്ന കാലമായിരുന്നു.

ഞാൻ ചെറിയ കുട്ടിയായിരുന്ന കാലം, ആറോ ഏഴോ വയസ്സുണ്ടാവുമെനിക്കപ്പോൾ, അമ്മായിന്റെ കൂടെ വീടിന് പുറത്ത് പോയപ്പോൾ വലിയ ചക്രമുള്ള ഒരു ഘടാഘടിയൻ വണ്ടി കണ്ടു, മുന്നിലും പിന്നിലും ഇരുമ്പ് കൊണ്ടുള്ള വലിയ ഉരുളൻ ടയറുകളുള്ള റോഡ് റോളർ. അതിലൊരാൾ ഇരുന്ന് അതിങ്ങനെ ഓടിക്കുന്നു. ഏഴ് വയസ്സുകാരിയായ ഞാൻ ബാല്യത്തിന്റെ കൗതുകത്താൽ അതിങ്ങനെ കുറേ നേരം നോക്കിയിരുന്നു. അമ്മായി എന്നെ പിടിച്ച് വലിക്കുന്നുണ്ട്, ഞാനതൊന്നും ശ്രദ്ധിച്ചില്ല. വണ്ടിയും, അതോടിക്കുന്ന ഡ്രൈവറും കൗതുകവും അദ്ഭുതവുമായി മനസ്സിൽ ചേക്കേറിയിരിക്കാം. മെലിഞ്ഞ് നീളം കൂടിയ ആ മനുഷ്യനോട് എന്തോ ഒരാരാധന വന്നിട്ടുണ്ടാവാം. റോഡ് റോളർ നിർത്തി അയാൾ പുറത്തിറങ്ങിയപ്പോൾ അദ്ഭുതത്തോടെ വീട്ടിലേക്കോടി ഉമ്മയോട് വിളിച്ചു പറഞ്ഞു "ഉമ്മാ ഒരു ചന്തമുള്ള മനുഷ്യൻ". ഉമ്മ പേടിയോടെ എന്നെ നോക്കി ഉപ്പ ഉച്ചഭക്ഷണം കഴിക്കാൻ വന്ന സമയമായിരുന്നു. വെള്ളിയാഴ്ചയായിരിക്കാം. അതാണ് ഉപ്പ ഉച്ചക്ക് വന്നിട്ടുണ്ടാവുക.

കൗതുകത്തോടെയും അദ്ഭുതത്തോടെയുമുള്ള എന്റെ വാക്കുകൾ ഉപ്പയെ വല്ലാതെ ദേഷ്യം പിടിപ്പിച്ചു. ഇത്ര ചെറുതായപ്പോൾ തന്നെ നീ ആണുങ്ങളുടെ ചന്തം നോക്കുന്നോ,.. ഇതും പറഞ്ഞ് ഉപ്പ എന്നെ പൊതിരെ തല്ലി, ഉമ്മ നിശബ്ദയായി കണ്ണീർ പൊഴിച്ചു.

എന്റെ മനസ്സിലെ പുരുഷ സങ്കൽപ്പത്തെ രൂപപ്പെടുത്തിയ ആദ്യ മനുഷ്യൻ ഉപ്പയായിരുന്നു. സ്ത്രീകൾക്ക് ശബ്ദമുയർത്താൻ അനുവദമില്ലാത്ത സ്വപ്നങ്ങൾക്ക് നിറം ചാർത്താൻ കഴിയാത്ത പുരുഷ മേധാവിത്വത്തിന്റെ തടവറയിലായിരുന്നു

ബാല്യകൗമാരങ്ങൾ കടന്ന് പോയത്. താഴേക്കോട് ജി. എച്ച്. എസ്. എസിലായിരുന്നു ഹൈസ്കൂൾ പഠനം തുടർന്ന് പാല ക്കാട് ടി.ടി.ഐയിൽ ടി.ടി.സിക്ക് പഠിക്കാൻ പോയി ടീച്ചേഴ്സ് ട്രെയിനിംഗിന്റെ ഭാഗമായി കുറച്ച് നാൾ താഴേക്കോട് യു.പി. സ്കൂളിൽ അധ്യാപികയായായി, കുട്ടികളോടൊപ്പം പാട്ടും പഠ നവും ചിത്രം വരയുമായി നല്ല രസമുള്ള കാലം അത് പറയു മ്പോൾ ടീച്ചറുടെ കണ്ണുകളിൽ ഒരു തിളക്കം, കുട്ടികളോടൊക്കെ ഭയങ്കര അടുപ്പായിരുന്നു എനിക്ക്, അവർക്ക് എന്നേം ഇഷ്ടാ യിരുന്നു. അവിടെ ഹാരിസെന്നൊരു കുട്ടിയുണ്ടായിരുന്നു നല്ല മിടുക്കനാ അതോടൊപ്പം അവന്റെ പിതാവിന് അത്യാവശ്യം സാമ്പത്തികമുണ്ട്, അവന്റെ പേന, കളർ പെൻസിലുകൾ, ഡ്രസ്സുകളെല്ലാം കൂട്ടുകാർക്കിടയിൽ വല്യ ചർച്ചയാ, കൂടുതലും ദാരിദ്ര്യത്തിൽ നിന്നും വരുന്ന കുട്ടികളായയിരുന്നു. ഹാരിസിന്റെ പിതാവിന് സിലോണെന്ന പേരിൽ ഒരു ഹോട്ടലുണ്ട്. അതിന്റെ മേൽവിലാസത്തിൽ ഹാരിസ് ഇടയ്ക്കിടെ എനിക്ക് കത്തെഴു തും.

ടീച്ചറേ എന്ന് വിളിച്ചുള്ള കത്തിൽ നിറയെ പഠനത്തെ ക്കുറിച്ചുള്ള സംശയങ്ങളും സ്കൂളിലെ കാര്യങ്ങളുമെല്ലാമായി രുന്നു, ഞാനന്ന് ഹോസ്റ്റലിലായിരുന്നു താമസം, ഞാൻ ആ മോന് തിരിച്ചുമെഴുതും. ഒരു ദിവസം പിതാവിന്റെ ഹോട്ടലിൽ പണിയെടുക്കുന്ന പണിക്കാരൻ അവരോട് തെറ്റി അവിടെ വന്ന കത്തും കടലാസുമെല്ലാമെടുത്ത് സ്ഥലം വിട്ടു. പിന്നെയവൻ മറ്റൊരു റൂമിലേക്ക് താമസം മാറ്റി, അവിടെ അദ്ദേഹത്തിന്റെ കൂടെയുണ്ടായിരുന്നയാൾ ഈ കത്തുകളോരോന്നും പൊട്ടിച്ച് വായിച്ചു. അതിൽ മനോഹരമായ കയ്യക്ഷരമുള്ള എന്റെ കത്തിന് അയാൾ മറുപടിയയച്ചു തന്റെ വിദ്യാർത്ഥിയെന്ന നില യിൽ, അവന്റെ കയ്യക്ഷരമല്ലെന്ന് തോന്നി ഞാൻ കുറെ നാൾ മറുപടിയെഴുതിയില്ല, പിന്നീട് അതേ മനുഷ്യൻ കദന കഥകൾ നിറഞ്ഞ മറ്റൊരു കത്തെഴുതി, അതിലൊരു സഹതാപം തോന്നി ഞാൻ തിരികെയൊരു മറുപടിയെഴുതി. അങ്ങനെ ഏതാനും കത്തിടപാടുകൾ, നേരിട്ട് കാണണമെന്ന് പറഞ്ഞു കണ്ടു, സംസാരിച്ചു, അയാൾ തന്റെ പ്രണയം പറഞ്ഞു. ഞാനത് നിഷേധിച്ചു. പക്ഷേ അയാൾ ആത്മഹത്യ ചെയ്യാനൊക്കെ ശ്രമിച്ചു അതിലെവിടെയോ സഹതാപം മനസ്സിലുണർന്നു.

അയാളുടെ വിവാഹാലോചനയ്ക്ക് സമ്മതം മൂളി അഥവാ സ്നേഹശൂന്യമാം ദുരിത ലോകത്തിലേക്കയാൾ എന്നെ കൊണ്ടുപോയി. കോഴിക്കോട് അത്തോളി സ്വദേശിയായ അബ്ദുറഹിമാനെ ഇണയാക്കി. കുറച്ച് നാളുകൾക്കുള്ളിൽ തന്നെ അയാൾ ദുരിതം മാത്രം തന്നു, പ്രണയമകന്നു. അതിനിടയിൽ രണ്ട് മക്കൾ പിറന്നു. മൂത്തത് ആൺകുട്ടിയും ഇളയവൾ ഷൈനയും.. ഞാനും അയാളും തമ്മിലെന്നും വഴക്കായിരുന്നു. നിരന്തരം മർദിച്ചു. മനസ്സ് പാളം തെറ്റി. ഡിപ്രഷന്റെയും മരുന്നുകളുടെയും ലോകത്തേക്ക് ആ ബന്ധം എന്നെ തള്ളിവിട്ടു. ഇതിനിടയിൽ പകച്ചും പതറിയും ഷൈന വളർന്നു.

നീ വന്നതിൽ പിന്നെയാണ് എന്റെ ദുരിതമാരംഭിച്ചതെന്ന് മകളായ ഷൈനയോട് അന്ധവിശ്വാസിയായ പിതാവ് നിരന്തരം പറഞ്ഞ് കൊണ്ടിരുന്നു. പിതാവിനെക്കാണുമ്പോൾ തന്നെ അവൾ ഭയന്ന് വിറക്കുമായിരുന്നു. അത്രയ്ക്ക് വെറുപ്പോടെയാണവൾ അദ്ദേഹത്തെ കണ്ടിരുന്നത്. കുടുംബത്തിലെ മൂത്ത കുട്ടിയായിരുന്നതിനാൽ പിതാവിന്റെ മരണശേഷം സഹോദരങ്ങളുടെ ജീവിതം എന്റെ ഉത്തരവാദിത്വമായി മാറി. ഭർത്താവിന്റെ പീഡനങ്ങൾക്കിടയിലും എനിക്ക് എന്റെ സഹോദരങ്ങളെ നോക്കേണ്ടി വന്നു. അവരോരോരുത്തരും വളർന്നു. വിവിധയിടങ്ങളിലേക്ക് പറന്നു. എന്നെ മറക്കുകയും ചെയ്തു ടീച്ചർ പറഞ്ഞു. ജീവിത പ്രാരാബ്ധങ്ങളും ദു:ഖങ്ങളുമെന്നെ വിഷാദിയാക്കി കരുണാർദ്രമായി അണച്ച് ചേർക്കേണ്ട എന്റെ മക്കളെ ഞാനണച്ച് ചേർത്തില്ല. ഭ്രാന്തമായ മനസ്സ് ഇളകി മറിയുമ്പോഴൊക്കെ മക്കളെ നോവിച്ചു. അതിന് ശമനം വന്നപ്പോൾ അവരെ ചേർത്ത് പിടിച്ചു. പക്ഷേ ഷൈനയുടെ മനസ്സിൽ അതിന്റെ മുറിവുകളുണങ്ങിയില്ലെന്ന് ഞാൻ അവളുടെ എഴുത്തിലൂടെ മനസ്സിലാക്കുന്നു. എങ്കിലും പ്രയാസം വരുമ്പോഴൊക്കെ അവളെന്റെ ചാരെ വന്ന് ചേർന്നിരിക്കുമായിരുന്നു.

ഭർത്താവിന്റെ പീഡനങ്ങൾ, വീട്ടിൽ സഹോദരങ്ങളുടെ സ്നേഹനിരാസം മനസ്സ് അസ്വസ്ഥമായി ജീവിതം അവസാനിപ്പിച്ചേക്കാം, ഈ ചിന്തയുമായി തന്നെ ചികിത്സിക്കുന്ന പാലക്കാട്ടെ ഗോപാലകൃഷ്ണൻ ഡോക്ടറുടെ അടുത്ത് പോയി. ഡോക്ടറോട് പറഞ്ഞു ഞാനവസാനിപ്പിക്കുകയാണ് ഈ ജീവിതം, ഒരടിമുന്നോട്ട് നടക്കാനാവുന്നില്ല. ഇതും പറഞ്ഞു ഞാനി

റങ്ങി. അല്പം നേരം മുന്നോട്ട് നടന്ന് തിരികെ നോക്കുമ്പോൾ ഡോക്ടറെ എന്നെത്തന്നെ നോക്കിയിരിക്കുകയാണ്. സമയം ഉച്ചയോടടുക്കുന്നു. ട്രെയിൻ യാത്രക്കിടെ കടലുണ്ടിപ്പുഴയി ലേക്ക് ചാടാം എന്ന ചിന്ത മനസ്സിലുണർന്നു. പകൽ ചാടി യാൽ വല്ല തോണിക്കാരും കണ്ട് രക്ഷപ്പെടുത്തിയാൽ ഞാൻ വീണ്ടും ദുരിതത്തിലാവില്ലേ, മക്കളെക്കുറിച്ചുള്ള ചിന്തയാൽ കണ്ണുകൾ നനഞ്ഞിരുന്നു. ആരുണ്ടാവുമവർക്ക് എന്നിങ്ങനെ നിരവധി ആധികൾ ഉണ്ട് എങ്കിലും തിരികെ ജീവിതത്തിലേ ക്കില്ല എന്ന ദൃഢമായ തീരുമാനത്തിലാണ് ട്രെയിനിൽ കയറി യത്. ആത്മഹത്യക്ക് പറ്റിയ സമയം രാത്രിയെന്ന് മനസ്സിലുറ പ്പിച്ചു. അത് വരെ എവിടെയെങ്കിലും സമയം ചിവഴിക്കണം. അപ്പോഴാണ് പരപ്പനങ്ങാടിയുള്ള പരിചയക്കാരെ ഓർത്തത്, അവരുടെ സ്നേഹനിർബന്ധത്തിൽ വഴങ്ങി അവിടെ നിന്നു. എന്നെക്കാണാതായതിന്റെ പേരിൽ നാല് പുറത്തേക്കും ആൾക്കാർ അന്വേഷിക്കാൻ പോയി, അവർ പരപ്പനങ്ങാടിയി ലുമെത്തി. ഷൈന എന്നെക്കാണാത്തതിനാൽ കരച്ചിലായിരു ന്നു. മോളേം കൂട്ടി ഞാൻ എന്റെ ഒരു ബന്ധുവീട്ടിൽ താമസി ച്ചു.

ദുരിതങ്ങൾ തുടർന്നു. ദു:ഖങ്ങൾ ഒരു മഴയായ് എന്നിൽ നിറഞ്ഞു. അപ്പോഴൊക്കെ തന്റെ കവിതയിൽ കദനഭാരം നിറച്ചു തിത്തിക്കുട്ടി.

കാന്തൻ
അമാവാസിയായിരുന്നതിനാൽ
കാന്തിയെങ്ങോ പോയ് മറഞ്ഞിരുന്നു.

അമാവാസിയായിരുന്ന കാന്തന്റെയും അയാൾ നൽകിയ ദു:ഖത്താലും തന്റെ സൗന്ദര്യമെങ്ങോ മറഞ്ഞുവെന്ന് തിത്തിക്കുട്ടിയിലെ കവയത്രി വിലപിക്കുന്നു.

എവിടെ കഴുകിടും ഈ വിയർപ്പിൻ
കൊടിയ നാറ്റത്തെ
വിശുദ്ധി നേടാൻ
നിയതിക്ക് വിട്ടുകൊടുത്തു
ഞാനെൻ കവിതക്കടയിരിപ്പൂ
വിമൂകം

രോഷത്തോടെ നഷ്ട സൗഭാഗ്യങ്ങളോർത്തു തിത്തി

ക്കുട്ടി തന്റെ കവിതയിൽ. വരികളിൽ ദുഖവും, പ്രതിഷേധവും നിറച്ച് നിശബ്ദയാവുന്നു.

എല്ലാ പെൺകുട്ടികളേം പോലെ തിത്തിക്കുട്ടിക്കും കിനാവിന്റെ പൂഞ്ചോലയിൽ അനേകായിരം സ്വപ്നങ്ങളുണ്ടായിരുന്നു. എന്നാൽ ദാമ്പത്യം ഒരു ദുരന്തമായി മാറി. ഓർക്കുവാനൊരു വാക്കോ, ഛായം തേച്ച് നിറമേകാൻ ഒരു പ്രണയ മുഹൂർത്തം പോലും സമ്മാനിക്കാത്ത ബന്ധമായിരുന്നു അബ്ദുറഹിമാനുമായുള്ളത്. കടുത്ത നിരാശയും, വിഷാദവുമായിരുന്നു ആ ബന്ധം സമ്മാനിച്ചത്. മംഗല്യമെന്നത് ദൈവ സന്നിധിയിൽ സംഗമിക്കും നിമിഷമാണിന്ന്

മിന്നിൽ മിനുങ്ങുന്ന മംഗല്യം മെന്ന ശീർഷകത്തിലവരെഴുതുന്നു.

എന്നെ ഞാൻ കാണുന്നൊരാനിമിഷം
എന്നാണതെന്നാണതെന്നാണ്?
അന്നായിരിക്കുമെൻ ജന്മദിനം
അന്നായിരിക്കുമെൻ പുണ്യദിനം

എന്നെ ഞാൻ കേൾക്കുന്നൊരാനിമിഷം
എന്നാണതെന്നാണതെന്നാണ്?
അന്നായിരിക്കുമെൻ ഗാനോത്സവം
മന്മനക്കോവിലിൽ പാനോത്സവം!

എന്നിൽ ഞാൻ സംഗമിക്കും നിമിഷം
മന്നിൽ വിവസ്ത്രയാകും നിമിഷം
കന്മഷക്കാറൊഴിയും നിമിഷം
പിന്നെ ഞാനില്ലാത്തൊരാനിമിഷം!
അന്നായിരിക്കുമെൻ മംഗല്യം

തിത്തിക്കുട്ടിയെന്ന മധുരക്കുട്ടിക്ക് മംഗല്യമെന്നത് മരണത്തിന്റെ തണുപ്പ് ഇലഞ്ഞിപ്പൂ പോലെ തന്നിൽ തൊടുന്ന നിമിഷമായിരിക്കുമെന്ന് കവയത്രി തന്റെ കവിതയിലൂടെ പറയുന്നു.

മണിയറയും മണിത്താലിയുമെല്ലാം പാഴ്കിനാവ് പോലെ അവരെയിന്നും അസ്വസ്ഥമാക്കുന്നതായി വാക്കുകളിൽ വ്യക്തം.

സ്നേഹത്തിന് വേണ്ടിയുള്ള തീരാദാഹമായിരുന്നു അവരുടെ കവിതകളിലും സംസാരത്തിലുമെല്ലാം, ഇതേ ദാഹമാണ് പാതി വഴിയിൽ മുറിഞ്ഞ ഷൈനയെന്ന കവനകൗമുദിക്കുമുണ്ടായിരുന്നത്.

ഒരിടത്ത് നിന്നും ഒരു തുള്ളി സ്നേഹം എനിക്ക് കിട്ടിയില്ല. അതിന്റെ ദു:ഖത്തിലും ജീവിതപ്രാരാബ്ധത്താലും അത് മക്കൾക്കും നൽകാൻ ഞാൻ മറന്നുവെന്ന് പറയാം. എന്റെ മകളുടെ മരണത്തിന് ഞാൻ തന്നെ കാരണക്കാരിയാവട്ടെ... എന്നെയാണല്ലോ എല്ലാരും കുറ്റക്കാരിയാക്കുന്നത്, അതിനാൽ അങ്ങനെയാവട്ടെ... കൂട്ടുകുടുംബങ്ങൾ എന്റെ കുറ്റം അവളിലോതി എന്നിൽ നിന്നുമവളെ അകറ്റി. എങ്കിലുമെനിക്കറിയാം മ്മച്യേ എന്ന് വിളിച്ച് എന്നോട് പരിഭവം പറയാൻ അവൾക്ക് കഴിഞ്ഞിരുന്നെങ്കിൽ ഷൈന പോവില്ലായിരുന്നു.

താരാട്ടും താലോലവും പാടേണ്ട കാലത്ത് ഷൈനയുടെ മനസ്സിലേക്ക് അവളുടെ പിതാവ് തറച്ച അമ്പ് പോലുള്ള വാക്ക് പിന്നീടൊരു വ്രണമായി മാറിയിരുന്നു. "നിന്റെ ജനനം എല്ലാം നാശത്തിനും കാരണം" ഷൈനയുടെ ചുറ്റിലുമുള്ള ആർക്കും ഒരു ചെറിയ ഇടർച്ചയുണ്ടായാൽ അവളുടെ മനസ്സ് വേദനിക്കും. അപ്പോൾ അവൾ പറയും ഞാൻ കൂടെയുള്ളതായിരിക്കും അവരുടെ ദു:ഖത്തിനും ദുരിതത്തിനും കാരണമെന്ന്. അത് മാത്രമല്ല തുടർന്ന് ഷൈന കടുത്ത വിഷാദത്തിലാവും, ചെറുതായൊന്ന് നോവുമ്പോഴേക്കും പരിഭ്രമിച്ചു പോവുന്ന പ്രകൃതമായിരുന്നു. ബാല്യ കൗമാരങ്ങളിൽ ലഭിക്കേണ്ട സ്നേഹത്തിന്റെയും ലാളനയുടെയും പോരായ്മയായിരിക്കാം തന്റെ മകൾ ജീവിതമുപേക്ഷിക്കാൻ കാരണമെന്നവർ പറയുന്നു.

ഒരോ അണുവിലും ഞാനന്വേഷിച്ചത് സ്നേഹമായിരുന്നുവെന്ന് തിത്തിക്കുട്ടിയുടെ കവിതകൾ പറയുന്നു.

മൂന്നു കാണ്ഡങ്ങളിൽ ഒരു സ്നേഹഗീതകം എന്ന തലകെട്ടോടെ എഴുതിയ വരികളിൽ ഇങ്ങനെ പരിഭവിക്കുന്നു.

"സ്നേഹമെവിടെ, എവിടെയെന്നെത്രയോ
കാലം തിരഞ്ഞു നടന്നൂ
കണ്ടില്ല, ഞാനൊരേടത്തുമാ വൈഡൂര്യ
മുത്തിനെ, ത്തേടിത്തളർന്നൂ

പൊയ്മുഖമിട്ടെത്രയോ സ്നേഹഭാവങ്ങ
ളെത്തിയെൻ മാതാപിതാവായ്,
ഭ്രാതാക്കളായ്, രണ്ടിണകളാ, യോമന-
മക്കളായ് ഭിന്ന വേഷത്തിൽ...

സ്നേഹത്തിന്റെ പകർന്നാട്ടങ്ങളെയാണ് കവയത്രി അടയാളപ്പെടുത്തുന്നത്. കൂടെ മരുപ്പറമ്പിൽ ഒരുറവയ്ക്കായ് കൈകാലിട്ടിടിക്കുന്ന പൈതലിൻ നിഷ്കളങ്കതയോടെയാണ് കവിതയിലൂടെ പറയുന്നത്.

പ്രിയ കൂട്ടുകാരികൾ
അമ്മു ദീപ

"ഒരിക്കൽ
കരിങ്കുട്ടിയെ ഒക്കത്തിരുത്തി
ഞാൻ പട്ടാമ്പിക്ക് പോയി"

മലയാളത്തിലെ പുതു കവിതയിൽ പ്രതീക്ഷയേകുന്ന കവയത്രിയും അധ്യാപികയുമായ അമ്മു ദീപയോട് സംസാരിക്കുമ്പോൾ എന്റെ മനസ്സിലേക്ക് ഓടി വന്നത് അമ്മുവിന്റെ കരിങ്കുട്ടി എന്ന കവിത സമാഹരത്തിലെ മൂന്ന് വരികളാണ്. ഈ വരികളൊരിക്കലും അമ്മുവിന്റെ പ്രിയ കൂട്ടുകാരി ഷൈനയുടെ ഓർമയിലെഴുതിയതല്ലെങ്കിലും പേനയിലെ മഷി കടലാസിൽ പടർന്ന് കഴിഞ്ഞാൽ അതിന് അനവധി ചിറകുകൾ വെച്ച് വിവിധ ദേശത്തേക്കും മനുഷ്യരിലേക്കും പറക്കുന്നു.

പതിമൂന്ന് വർഷങ്ങൾക്ക് മുൻപ് ഒരു തീഗോളമായി എരിഞ്ഞടങ്ങിയ പ്രിയ സുഹൃത്ത് ഷൈനയുടെ ഓർമകൾ അമ്മു ദീപ ഓർത്തെടുത്തു.

ദുരിതത്തിന്റെ കയ്പുനീർ കുടിച്ച ബാല്യമാണ് ഷൈന ചേച്ചിയുടേത്, ഒറ്റമുറി വീട്ടിലാണ് ചേച്ചിയും ജ്യേഷ്ഠ സഹോ

ദരൻ ഷാജിയും വളർന്നത്. അവരുടെ ഉമ്മ ഷൈനചേച്ചിയെയും, ഷാജിയേയും അത്രയ്ക്ക് ഉപദ്രവിച്ചിട്ടുണ്ട്. മാതൃസ്നേഹമെന്തെന്ന് ഒരിക്കലും അനുഭവിച്ചിട്ടില്ലാത്ത വ്യക്തിയാണ് ഷൈന.

ഉമ്മ ഭയങ്കര സുന്ദരിയായിരുന്നു, കസവ് മുണ്ടൊക്കെ ധരിച്ച് അണിഞ്ഞൊരുങ്ങി മാത്രമേ അവരെപ്പോഴും നടക്കാറുള്ളൂ. അവരുടെ സൗന്ദര്യത്തിലും സനകര്യത്തിലും അഭിരമിച്ചാണവർ ജീവിച്ചത്. എന്തിനാണവർ മക്കളെ ഇത്ര ക്രൂരമായി ഉപദ്രവിച്ചതെന്ന് എനിക്ക് എത്ര ആലോചിച്ചിട്ടും ഒരു നിശ്ചയവുമില്ല.

സ്വന്തം അമ്മയുടെ സ്നേഹ ശൂന്യമായ പെരുമാറ്റം കൊണ്ടായിരിക്കാം ഷൈന ചേച്ചിക്ക് തന്റെ ചുറ്റിലുമുള്ള ഒരു സ്നേഹത്തിലും വിശ്വാസമുണ്ടായിരുന്നില്ല. മഴയത്തേക്ക് തന്റെ മക്കളെ എടുത്തെറിയുക, ദേഹോപദ്രവം ഏൽപ്പിക്കുകയടക്കം നിരവധി ക്രൂരതകൾ ബാല്യത്തിൽ ഷൈനക്ക് തന്റെ ഉമ്മയിൽ നിന്ന് ഏറ്റുവാങ്ങേണ്ടി വന്നിട്ടുണ്ട്.

ഷൈനയ്ക്ക് പതിമൂന്നും ജ്യേഷ്ഠനായ ഷാജിക്ക് പതിനെട്ടും വയസ്സുള്ളപ്പോഴാണ് ഉമ്മ വീട്ടിൽ നിന്നിറക്കി വിട്ടത്. അനാഥരായ രണ്ട് പേരും നേരെ ഉമ്മയുടെ വീടായ അമ്പലപ്പാറയിലേക്കാണ് പോയത്, രണ്ട് മൂന്ന് ദിവസം അവിടെ നിന്നു പക്ഷേ അമ്മാവന്മാർക്ക് വലിയ ഇഷ്ടമില്ലാത്തതിനാൽ അവിടെ നിന്നും ഇറങ്ങി, ദുരിത വഴിതാണ്ടിയ ബാല്യത്തിൽ ഷൈനയെ ചേർത്ത് പിടിച്ചത് ജ്യേഷ്ഠനായ ഷാജിയായിരുന്നു, ഷാജിയാണ് ഷൈനയുടെ രക്ഷിതാവ്, കോളേജിലൊക്കെ ചേർത്തതും പഠിപ്പിച്ചതുമെല്ലാം സഹോദരനായിരുന്നു, പരസ്പരം ഊന്നു വടികളായിരുന്നു അവർ.

കോളേജ് കാലത്ത് ഷൈനക്ക് ശക്തമായ ഒരു പ്രണയമുണ്ടായിരുന്നു. കോളേജിലെ തന്നെ പ്രൊഫസറുടെ മകനായിരുന്ന ദീപക്കുമായി നല്ല ബന്ധമായിരുന്നു. ദീപക്കിന്റെ വീട്ടുകാർ കമ്യൂണിസ്റ്റ് പാശ്ചാത്തലമുള്ളവരായിരുന്നതിനാൽ വലിയ എതിർപ്പുണ്ടായിരുന്നില്ല, പക്ഷേ വിവാഹമെന്ന വാതിലിലേക്കെത്തുമ്പോൾ ഷൈന അസ്വസ്ഥതയും വെപ്രാളവും കാണിക്കും. അസ്വസ്ഥമായ തന്റെ മാതാപിതാക്കളുടെ ദാമ്പത്യജീവിതമായിരിക്കാം ഓരോ ബന്ധത്തിൽ നിന്നും ഷൈനയെ

പിന്തിരിപ്പിച്ചത്.

അരക്ഷിതാവസ്ഥയിലൂടെ കടന്ന് വന്നതാണ് ഷൈനയുടെ ഇന്നലെകൾ അതുകൊണ്ട് ഷൈനയിൽ അതിഭീകരമായ കോംപ്ലക്സുണ്ടായിരുന്നു. ആത്മഹത്യ പ്രവണത അതിന്റെ തുടർച്ചായിരിക്കാം എന്നാണ് ഞാൻ വിചാരിക്കുന്നത്. കാരണങ്ങളൊന്നുമില്ലാതെ തന്നെ ദേഹത്ത് മുറിവേൽപിക്കുക, സങ്കടപ്പെട്ട് ഹോസ്റ്റൽ മുറിയിലിരുന്ന് നിർത്താതെ കരയുമായിരുന്നുവെന്നും അമ്മു ദീപ പറഞ്ഞു.

ആകെ പേടിച്ച വിറച്ച ആ രാത്രി അമ്മു ദീപ ഓർത്തെടുത്തു. ഞാനും ഷൈനചേച്ചിയും ഹോസ്റ്റലിലായിരുന്നു. പുലർച്ചെ രണ്ട് മണിക്ക് ഷൈന നിർത്താതെ ഛർദിക്കാൻ തുടങ്ങി, ഞങ്ങളാകെ പേടിച്ചു. ഞാനും, മേഘ്രനും വർദ്ധനും ഷൈനയേയും കൂട്ടി ഒറ്റപ്പാലം വള്ളുവനാട് ഹോസ്റ്റലിലിൽ പോയി. അവിടെ നിന്ന് ടെസ്റ്റ് ചെയ്തപ്പോഴാണ് ഞാനറിഞ്ഞത് ഷൈന എലി വിഷം എടുത്ത് കഴിച്ചുവെന്ന്. സങ്കീർണമായ കുടുംബ ബന്ധങ്ങളാണ് ഷൈനയെന്ന പ്രിയ കൂട്ടുകാരി അതിസങ്കീർണമായ മാനസിക വഴികളിലൂടെ സഞ്ചരിക്കാൻ കാരണമെന്നാണ് ഞാൻ വിശ്വസിക്കുന്നതെന്ന് അമ്മു ദീപ പറഞ്ഞു.

ഷൈന ചേച്ചിയുടെ അച്ഛൻ നാല് കല്ല്യാണം കഴിച്ചിരുന്നുവെന്നാണ് ഞാനറിഞ്ഞത്, സുന്ദരിയും നല്ല വിദ്യാഭ്യാസവുമുള്ള ഉമ്മയെ കല്ല്യാണം കഴിച്ചുവെന്നല്ലാതെ അയാൾ അവിടെ അധികം നിൽക്കാറൊന്നുമില്ല. അതിന്റെയൊക്കെ നിരാശയും വേദനയുമായിരിക്കാം ഷൈചേച്ചിയുടെ അമ്മ അങ്ങനെ പെരുമാറാൻ കാരണമെന്ന് ഞാൻ കരുതും എന്നാലും തന്റെ മക്കളോട് ഇത്ര ക്രൂരമായി ഒരമ്മയും പെരുമാറരുത്. സങ്കടക്കടലിലെ തിരയടിച്ച വാക്കുകളാൽ ചേച്ചി പറഞ്ഞ വാക്കുകളാണ് എനിക്ക് ഷൈന ചേച്ചിയുടെ അമ്മ, അത് കൊണ്ട് ഞാനൊരിക്കലും അവരെ അറിയാനോ, കാണാനോ ശ്രമിച്ചിട്ടില്ല.

ഓരോ ആത്മഹത്യാ ശ്രമത്തിലും ഷൈനയുടെ സങ്കടപ്പെയ്ത്ത് മുഴുവൻ അമ്മയുടെ സ്നേഹ നിരാസത്തെക്കുറിച്ചായിരുന്നു.

ഇന്ന് ജീവിച്ചിരുന്നെങ്കിൽ ഷൈന ആഘോഷിക്കപ്പെടുന്ന കവയത്രിയാകുമായിരുന്നുവെന്ന് അമ്മു ദീപ നിരീക്ഷി

ക്കുന്നു.

വിവാഹ ജീവതത്തോടെ ഷൈനചേച്ചിയുടെ ദു: ഖവും സങ്കടവും മാറുമെന്ന് ഞാൻ വിശ്വസിച്ചിരുന്നു.

ഞാനും മനോരമയിലെ മഹേഷ് ഗുപ്തനും ഷൈനയും കൂടി പാലക്കാട് വെച്ച് നടന്ന സാംസ്കാരിക സാഹിതിയുടെ സാഹിത്യ ക്യാമ്പിൽ വെച്ചാണ് സക്കീറിനെ കാണുന്നത്. ക്യാമ്പിൽ അക്കിത്തത്തിന്റെ കവിതയെക്കുറിച്ച് ഷൈന നടത്തിയ പ്രബന്ധാവതരണം സദസ്സിനെയാകെ പിടിച്ചിരുത്തുന്നതായിരുന്നു. അന്ന് ക്യാമ്പിലുണ്ടായിരുന്ന സക്കീറിന് സുന്ദരിക്കുട്ടിയായ ഷൈനയുടെ അവതരണവും പെരുമാറ്റവും ഏറെ ഇഷ്ടമായി. തന്റെ ആഗ്രഹം സക്കീർ എന്നോടും മഹേഷ് ഗുപ്തനോടുമായി പറഞ്ഞു. ഷൈനയെ ഏറെ ഇഷ്ടപ്പെട്ടുവെന്നും തന്റെ ജീവിത സഖിയാക്കുവാൻ താൽപര്യമുണ്ടെന്നും ഷൈനയോട് നിങ്ങൾ സംസാരിക്കണമെന്നും പറഞ്ഞു. ഞാൻ ഷൈനയോട് സക്കീറിന്റെ ആഗ്രഹം അറിയിച്ചു, എന്നാൽ ഷൈന പറഞ്ഞു നീ പോയി അദ്ദേഹത്തോട് പറയൂ ഞാൻ ഒന്നിനും കൊള്ളാത്ത കുട്ടിയാണെന്നും, ഉപ്പയും ഉമ്മയുമൊന്നുമില്ലാത്തവളാണെന്നും, അവർ പട്ടാമ്പിയിലെ വല്യതറവാട്ടുകാരല്ലേ അതൊന്നും ശരിയാവില്ല.

ഷൈന പറഞ്ഞ വാക്കുകൾ സക്കീറിനോട് പറഞ്ഞപ്പോൾ അദ്ദേഹം പറഞ്ഞു 'ഞാനവളുടെ കഴിവ് കണ്ടിട്ടാണ് ഇഷ്ടപ്പെട്ടത്, മറ്റൊന്നും എന്റെ പ്രശ്നമല്ലെന്നാണ്,' അപ്പോൾ ഞാൻ സക്കീറേട്ടനോട് പറഞ്ഞു. "സ്ഫടികപാത്രം പോലെയാണ് ഷൈന, നല്ലോണം സൂക്ഷിക്കണേ......"

ഏറെ സന്തോഷത്തോടെ ഷൈന വിവാഹ ജീവിതത്തിലേക്ക് കടന്നു. ഞങ്ങൾ സുഹൃത്തുക്കളെല്ലാവരും കൂടിയാണ് ഷൈനയുടെ വിവാഹം നടത്തിയത്. സക്കീറിന്റെ വീട്ടുകാർ അത്രയേറെ സ്നേഹത്തോടെയാണ് ഷൈനയെ സ്വീകരിച്ചത്. ഏടത്തിയമ്മമാർ നിറയെ പുസ്തകങ്ങളുമായാണ് ഷൈനയെ കോളേജിൽ കാണാൻ വന്നത്. സക്കീർ മോതിരങ്ങളും, വളകളുമടക്കം നിറയെ സ്വർണ്ണാഭരണങ്ങൾ നൽകിയാണ് ഷൈനയെ തന്റെ ഇണയാക്കിയത്. ഇരുൾ മാറി നിലാവുദിച്ചുവെന്ന് ഞങ്ങളെല്ലാവരും വിശ്വസിച്ചു, ആശ്വസിച്ചു. പക്ഷേ എപ്പോഴോ, എവിടെയോ വെച്ച് ഷൈനയുടെ താളം നഷ്ടപ്പെട്ടു, ചെറുപിണക്ക

ങ്ങൾ പോലും തീക്കാറ്റാകുന്ന പ്രകൃതമായി ഷൈന മാറിപ്പോയിരിക്കാം... 2008 മെയ് 9ന് ഷൈന യാത്ര അവസാനിപ്പിച്ച് മടങ്ങി... അങ്ങനെ ആ സ്ഫടികപാത്രം വീണുടഞ്ഞു.

പ്രിയ കൂട്ടുകാരി അമ്മു ദീപ പറഞ്ഞു നിർത്തി.

പ്രിയ കൂട്ടുകാരികൾ
ദിവ്യ

'ഷൈനയും അവളുടെ മാതാവ് തിത്തിക്കുട്ടിയും പുരുഷാധിപത്യ സമൂഹത്തിന്റെ ഇരയാണ്' ദിവ്യയുടെ വാക്കുകളിൽ രോഷത്തിന്റെ ചൂടുണ്ട്.' ഒറ്റപ്പാലം എൻ.എസ്.എസ്. കോളേജ് കാലഘട്ടത്തിൽ ഷൈനയുടെ തോൾ ചേർന്ന് നടക്കുകയും സ്വപ്നങ്ങൾ പങ്കുവെക്കുകയും ചെയ്തിരുന്ന പ്രിയ സുഹൃത്തും ആക്ടിവിസ്റ്റും അധ്യാപികയുമായ ദിവ്യ ചിതറിയ ഓർമകൾ ചേർത്ത് വെച്ച് പറഞ്ഞു.

നമുക്ക് നഷ്ടപ്പെട്ടത് തീപിടിച്ച വാക്കിനാൽ കവിതയെഴുതിയ വലിയ ഒരു എഴുത്തുകാരിയെയാണ്. ജീവിതത്തിലനുഭവിച്ച ദു:ഖങ്ങളെല്ലാം ചേർന്ന് ഒരു പ്രളയമാകുമ്പോഴാണല്ലോ ആത്മഹത്യയിലേക്ക് മനുഷ്യൻ നയിക്കപ്പെടുന്നത്. ഷൈനയുടെ മരണവും അത്തരം ഒരു നിമിഷത്തിലാവാനാണ് സാധ്യതയെന്ന് ദിവ്യ പറഞ്ഞു.

രണ്ടും മൂന്നും കെട്ടി നടന്ന അവളുടെ പിതാവ് വിദ്യാഭ്യാസവും സൗന്ദര്യവും ജീവിത വീക്ഷണവുമുള്ള ഷൈനയുടെ

അമ്മയെ കഴിച്ചത് മുതൽ തുടങ്ങുകയാണ് ഷൈനയുടെ ദു:ഖങ്ങളെക്കുറിച്ചുള്ള നമ്മുടെ അന്വേഷണങ്ങൾ.

നിറം കെട്ട തന്റെ ദാമ്പത്യ ജീവിത്തിലെ താളപ്പിഴകൾ അവളുടെ അമ്മയുടെ മാനസികനില നഷ്ടപ്പെടുത്തി. കടിഞ്ഞാണില്ലാതെ അവർ ഷൈനയെയും ജ്യേഷ്ഠൻ ഷാജിയേയും മർദ്ദിക്കുവാനുള്ള ഏറ്റവും പ്രധാന കാരണങ്ങളിലൊന്ന് സ്നേഹശൂന്യനായ തന്റെ ഭർത്താവായിരുന്നു. ബാല്യത്തിൽ സ്വന്തം മാതാവിൽ നിന്നേറ്റ പീഢനങ്ങൾ ഷൈനയിൽ മായാത്ത മുറിവുകളായി നീറുകയായിരുന്നു, അവളുടെ ഓരോ കവിതയും ദു:ഖത്തിന്റെ പ്രതിബിംബമായിരുന്നു.

ഒരു ദിവസം ഞങ്ങളുടെ ഇംഗ്ലീഷ് ലിറ്ററേച്ചർ അദ്ധ്യാപകനായിരുന്ന നന്ദകുമാർ സാർ ക്ലാസിനിടെ ഷൈനയുടെ കവിതയുടെ ആഴങ്ങളിലേക്ക് സഞ്ചരിക്കുകയുണ്ടായി. അവളുടെ കവിതയുടെ പ്രപഞ്ച വീക്ഷണത്തെക്കുറിച്ചും, വിഷാദത്തെക്കുറിച്ചുമെല്ലാം സാർ വിശദമായി പ്രതിപാദിക്കുകയുണ്ടായി. ക്ലാസ് കഴിഞ്ഞ് നന്ദകുമാർ സാർ ഷൈനയുടെ കവിതയെക്കുറിച്ച് നടത്തിയ നിരീക്ഷണം ഞാനവളോട് പറഞ്ഞപ്പോൾ അവൾ നിഷ്കളങ്കമായി ചിരിച്ചു എന്നിട്ട് എന്നോട് പറഞ്ഞു 'എടീ ഞാൻ സാർ പറഞ്ഞതൊന്നും ആലോചിച്ചിട്ട് പോലുമില്ല, സാർ പുതിയ അർത്ഥങ്ങൾ കണ്ടെത്തിയല്ലോ' ഷൈനയുടെ മുഖത്ത് സന്തോഷമുദിച്ച് നിൽക്കുന്നത് എനിക്ക് കാണാമായിരുന്നുവെന്ന് ദിവ്യ പറഞ്ഞു.

ഡിഗ്രി പഠന കാലയാളവിന്റെ ആദ്യ സമയത്ത് ഷൈന ക്യാംപസിൽ വളരെ ആക്ടീവായിരുന്നുവെന്ന് കേട്ടിരുന്നു. ഡിഗ്രി പഠനത്തിനിടെ അവൾ ടീച്ചേഴ്സ ട്രെയിനിംഗ് കോഴ്സിന് പോയിരുന്നു. ടി.ടി.സി. കോഴ്സ് കഴിഞ്ഞ് വന്നതിന് ശേഷമാണ് എനിക്ക് ഷൈനയെ പരിചയം. ഞങ്ങൾ ഹോസ്റ്റലിൽ ഒന്നിച്ചായിരുന്നു. അക്കാലത്തെ കൃംപസ് ജീവിതം ചങ്ങലകളാൽ ബന്ധിക്കപ്പെട്ടതായിരുന്നു അതിനാൽ ക്യാംപസിന്റെ നിറമുള്ള കഥകൾ പറയാനില്ലായിരുന്നു.

ഒരു ആൺകുട്ടിയും പെൺകുട്ടിയും അടുത്തിരുന്ന് സംസാരിക്കുമ്പോഴേക്കും സമൂഹത്തിന്റെ നെടുങ്കോട്ടകൾ തകരുമെന്ന് വിശ്വസിച്ചിരുന്ന ഒരു പറ്റം മനുഷ്യർ നിയന്ത്രിച്ചിരുന്ന ക്യാംപസായിരുന്നു അന്നത്തെ എൻ.എസ്.എസ്. കോളേജ്.

മലയാളത്തിലെ അദ്ധ്യാപികയായിരുന്ന ജയയായിരുന്നു അക്കാലത്തെ ഹോസ്റ്റൽ വാർഡർ, ഇവരുടെ നേതൃത്വത്തിലെ മോറൽ പോലീസിങ്ങിനെക്കുറിച്ച് ഓർക്കുമ്പോൾ ഇപ്പോഴും എന്റെ ദേഷ്യം മാറുന്നില്ലെന്ന് ദിവ്യ പറയുമ്പോൾ കേരളീയ കലാലയങ്ങളിൽ പെൺകുട്ടികൾ നേരിടുന്ന അസ്വാതന്ത്ര്യത്തിനെതിരെയുള്ള സമരത്തിൽ മുൻ നിരയിൽ ദിവ്യ നിൽക്കുവാനുള്ള കാരണം താൻ അനുഭവിച്ച ക്യാംപസ് ജീവിതത്തിലെ തടവറകളാണെന്ന് മനസ്സിലാവും.

മാവുകൾ നിറഞ്ഞ ക്യാംപസാണ് എൻ.എസ്.എസ്. കോളേജ്. മാമ്പഴ മധുരമായ് പ്രണയമുണ്ടായിരുന്നുവോ എന്ന് ചോദിച്ചപ്പോൾ ദിവ്യ പറഞ്ഞു.

ഷൈനയ്ക്ക് അന്ന് ഒരു പ്രണയമുണ്ടായിരുന്നു. അവിടെയുള്ള ഒരു പ്രൊഫസറുടെ മകനായിരുന്നു, മതമൊക്കെ ഒരു മതിലായി മാറിയപ്പോൾ ആ പ്രണയം വഴിപിരിയേണ്ടി വന്നു. അതിന്റെ ദു:ഖം ഷൈനയിൽ കുറച്ച് കാലമുണ്ടായിരുന്നു.

വിരഹിണിയെപ്പോലവൾ ഹോസ്റ്റൽ മുറിയിൽ വന്ന് ടേപ്പ് റിക്കാർഡറിൽ “ഇന്നുമെന്റെ കണ്ണുനീരിൽ നിന്നോർമ” എന്ന ഗാനം ആവർത്തിച്ച് കേട്ട് കണ്ണീർ വാർക്കുമായിരുന്നു.

പിന്നീടവൾ ആ ദു:ഖത്തിന്റെ കരിനിഴലിൽ നിന്നും പുറത്ത് കടന്നു പുഞ്ചിരിച്ചു, പുതിയ ജീവിതം തുടങ്ങി. വേദന മാത്രം അനുഭവിച്ച് വളർന്ന അവൾക്ക് സന്തോഷഭരിതമായ നാളുകളുണ്ടാവുമെന്ന് ഞാനൊക്കെ നിനച്ചു. പക്ഷേ അവളുടെ മനസ്സിന്റെ റീലുകളിൽ ദു:ഖത്തിന്റെ ഫ്ളാഷ് ബാക്കുകളായിരുന്നു അപ്പോഴും ഓടിക്കൊണ്ടിരിക്കുന്നുവെന്നത് നമുക്ക് അറിയില്ലല്ലോ. ഒടുവിൽ ഷൈന നമ്മെയും വിട്ടകന്നു പോയി ദിവ്യയുടെ വാക്കുകൾക്ക് നിരാശയുടെ സ്വരം.

ഷൈനയുടെ
കവിതകൾ

അനിവാര്യതകൾ

ഹൃദയദ്വാരങ്ങളിലൂടെ
ചുരന്നുചാടുന്ന
പാപത്തിൻറെ കലാപരക്തം കുടിച്ച്
നിന്റെ വയർ വീർത്തുകൊണ്ടിരിയ്ക്കുന്നു.
യുക്തിയുടെ മുരിക്കിൻപശ ചേർത്ത്
അടച്ചുവെയ്ക്കപ്പെട്ട
വിസർജ്ജനാവയവങ്ങൾക്കുപോലും
ഇനി നിന്നെ രക്ഷിക്കാനാവില്ല.
നീണ്ട യാത്രാദൂരം താണ്ടി
വിരുന്നിനെത്തിയ
പകലിന്റെ മാലാഖമാർക്കു മുമ്പിൽ
തളർച്ചയുടെ മൂടുപടം കൊണ്ട്
വീണ്ടൊരുക്കുവാൻ
നീ പഠിച്ചിരിയ്ക്കുന്നു.
ഇനി വിലപിച്ചിട്ടു കാര്യമില്ല.
ഇതൊരനിവാര്യതയാകുന്നു.
കലങ്ങിക്കലങ്ങി മാത്രം
തെളിയേണ്ട അനിവാര്യത.

കവിത

*കടൽപ്പാലം തകർത്ത്
പുറത്തേയ്ക്കു തുറിച്ച
കറുത്ത തലയ്ക്കു മുകളിൽ നിന്ന്
കരഞ്ഞു വളഞ്ഞ
ഒരു വരയാണ്
എന്റെ കവിത.
കൊടുക്കുന്നത് മുഴുവൻ
തിന്നു വീർത്തിട്ടും
വീണ്ടും വിശപ്പു വിതച്ച്
വിതച്ച വിശപ്പിൽ നിന്ന്
ഒന്നും കൊയ്യാനില്ലാതെ
നിറഞ്ഞ പച്ചയിലും
ചുവന്ന കളച്ചിരിയുടെ ഒളിവ്*

നിഷേധി

എൻറെയുള്ളിൽ ചുരുണ്ടുറങ്ങുന്ന
ഒരു നിഷേധിയുണ്ട്.
പല്ലും നഖവും നനുത്തരോമത്തിൽ
പൊതിഞ്ഞ്
ചോരയിറ്റുന്ന നാവ് (അകത്തൊളിച്ചുവച്ച്)
അകത്തേയ്ക്കു വലിച്ച്
ചലിയ്ക്കുമ്പോൾത്തന്നെ
ചലിയ്ക്കാതിരിക്കുകയും
ഉണർച്ചയിലേയ്ക്ക്
മിഴിചുളിച്ച്
വീണ്ടും വീണ്ടും
വിയർത്തുപൊള്ളുമ്പോഴും
തണുത്തുവിറയ്ക്കുകയും
അകത്തറിയുമ്പോഴും
മിഴിച്ചു നിൽക്കുകയും
ചുരുണ്ട കൈകൾ
പിടിച്ചു നിർത്തി
കുനിഞ്ഞ തലയുടെ
മുടിഞ്ഞ നാണക്കേടുമായി
എന്നെ കത്തിയ്ക്കുന്ന
ജാര സഹോദരി.
എന്റെ മുറിച്ചുവരിടിഞ്ഞ്
അവൾ പുറത്തിറങ്ങുമ്പോൾ
ഈശ്വരാ, എല്ലാവരും
ഉറക്കമായിരിയ്ക്കണേ.

മരണം

തലച്ചോറുകൾക്കുള്ളിൽ പുകയുന്ന
മരണത്തിന്റെ മണം.
അവസാനത്തെ അത്താഴത്തിന്റെ
രുചി
നാവിൽ തേയ്ക്കുന്ന യൂദാസിന്റെ
ശബ്ദം
നഖങ്ങൾക്കുള്ളിലും മറഞ്ഞിരുന്ന്
ചീഞ്ഞുനാറുന്ന പാപത്തിന്റെ മാംസം.
എല്ലാം പറയുന്നത്
പകലിന്റെ,
രാത്രിയുടെ നഷ്ടങ്ങളെപ്പറ്റി.
ഉറഞ്ഞുറഞ്ഞു പോകുന്ന
നിശ്വാസങ്ങളെപ്പറ്റി.
എനിയ്ക്കു നഷ്ട്ടപ്പെടുത്തണം.
അതിലൂടെ എനിയ്ക്കു നേടണം.
നിങ്ങൾക്കും നേടിത്തരണം.

കഥകളിലൂടെ ....

*ഒരുഴവുചാൽത്തുരുത്തിൽ നിന്ന്
പിളർന്ന ഗർഭപാത്രത്തിലേയ്ക്കുള്ള
മടക്കദൂരം
എത്ര ചെറുതാണ്.
എന്നിട്ടും
തപിച്ചാളിയ തീമൊട്ടുകൾ കൊണ്ട്
വിളർത്ത പ്രണയം
മൂർഛിച്ചു വീണപ്പോൾ
കൈക്കുമ്പിളിൽ
വിറച്ച
ഒരു മോതിരത്തുള്ളി
എത്ര കഥയാണറിഞ്ഞത് ?*

മൗനം

നിന്റെ മൗനം
ഒരു ശൂന്യതയാണ്.
എന്നാൽ, എന്റെ
ഭീതിയുടെ ബലൂണിൽ
നിറയ്ക്കപ്പെടുമ്പോൾ
അത് വീർത്ത് വീർത്ത്....
ഒരു സൂചിത്തുമ്പിനാൽ
ഒരാകാശം പോലെ
പിളർക്കപ്പെട്ടുപോകുന്നത്
അതെന്നാണ്?
ഒരു പക്ഷേ
അന്നായിരിയ്ക്കും
നിന്റെ മൗനം
വാചാലമാകുന്നത്.

മനസ്സ് എന്ന മുരൾച്ച

നിറങ്ങൾക്കു മുകളിൽ
വിരൽ പടരുകയാണ്.
നനഞ്ഞൊലിച്ചുപോയ
മുഖങ്ങളിൽ നിന്ന്
വിയർത്തൊഴുകുന്ന
ചുവപ്പ്
എനിയ്ക്ക് തരുന്നത്
ഏതസ്വസ്ഥതയാകുന്നു?
നനഞ്ഞൊലിച്ചുകഴിഞ്ഞിട്ടും
നിലവിളികളെ
ഗർഭം ധരിയ്ക്കുന്ന
വിളർത്ത വാങ്മുഖങ്ങളിൽ നിന്ന്
വിയർത്തൊഴുകുന്ന
ചുവപ്പ്
എന്റെ
ജരാനരകളിൽ
ചുറ്റിപ്പിണയുമ്പോൾ
ഉണർച്ചകളെ
കുഴിച്ചെടുക്കുകയാണ്
മനസ്സ് എന്ന മുരൾച്ച.
തീ വേണം പ്രൊമിത്യൂസ്.
കനൽ എനിയ്ക്കുള്ളിലുണ്ട്....

ദൈവം ഒരു സാഡിസ്റ്റാകുന്നു

*ദൈവം ഒരു സാഡിസ്റ്റാകുന്നു
വിശക്കുന്നവന് റൊട്ടി നൽകാത്ത
വിയർക്കുന്നവന് കുളിരു
നൽകാത്ത ദൈവം ഒരു
സാഡിസ്റ്റാകുന്നു.
അവനു (?) പ്രിയപ്പെട്ടവർ
പരീക്ഷണവസ്തുക്കളത്രേ.
കരയിച്ചു കരയിച്ചു സ്വർഗ്ഗം
നൽകുമത്രേ. ആ സ്വർഗ്ഗത്തെ
ഞാൻ വെറുക്കുന്നു.
ഇരുന്നുകൈനീട്ടുന്നവനെ
ആട്ടിപ്പായിച്ച്,
ഇരന്നതുമോഷ്ടിക്കുന്നവർക്കു
കാവൽനിന്ന് ഒടുവിൽ വിശപ്പും,
ശരീരത്തോടൊപ്പം
മരണപ്പെടുമ്പോൾ വടുകന്റെ
മൂട്ടിലെ തേങ്ങപോലെ
മധുരക്കനികളുടെ
ലോകത്തേയ്ക്ക് ഫ്രീ (?) പാസ്.
അന്ന് – വിശപ്പുണ്ടാകുമൊ?
വിയർപ്പുണ്ടാകുമോ? ഉത്തരം തരാൻ
ആരും തിരിച്ചുവരാത്തതുകൊണ്ട്
സധൈര്യം പറയാം, വേദനിയ്ക്കൂ,
വേർപ്പൊഴുക്കൂ,
ഓവുചാലിൽക്കിടന്ന് പുഴുക്കൂ
അനുപമസുന്ദര സ്വർഗ്ഗകവാടം
നിനയ്ക്കായ് കാത്തിരിയ്ക്കുന്നു.*

നുണമഴ

ഇന്നലത്തെ രാത്രി
എന്ന പെരും നുണമഴയെ കാത്ത്
ഇന്നും ആരോ കനൽക്കുട പിടിക്കുന്നു.
എന്റെ അരിപ്പക്കണ്ണുകളിലൂടെ
ഒലിച്ചിറങ്ങുന്ന
ഉഷ്ണച്ചുവയുടെ കാറൽ
ദ്വയാർത്ഥം മറച്ചുറങ്ങുന്ന
വേനൽ നായ്ക്കൾക്കിടയിലേയ്ക്ക്
മുട്ടിത്തുറന്നിറങ്ങാതെ
ഒതുങ്ങിപ്പോകുന്നു.

പലഹാരം

ഈ പലഹാരപ്പൊതി നോക്കി
ഇരവിന്റെ മറപറ്റി
എവിടെയോ തിളങ്ങും
കരിമ്പൂച്ചക്കണ്ണുകൾ
തൊട്ടാലറിയാം,
വളരെ മൃദുവാണ്
ഇനി നമുക്കൊരുമിച്ചു
പ്രാർത്ഥിച്ചു തിന്നാം.

ഒരു നന്ദിവാക്ക് കൂടി

പ്രിയ സഖി, നന്ദി...
ഒടുവി,ലറിയാതെ നീ യാത്ര
പറയുമ്പോഴും,
നിന്റെ മിഴിയിൽ
കനത്തൊരാമൗനങ്ങളിൽ
എന്റെയുയിരും
കുരുക്കിയിട്ടകലുമ്പോഴും,
പാതിപടിവാതിൽ ചാരിയിട്ടുണരാ
ത്തൊരെന്നെയും
നോക്കിനിശ്ശബ്ദയായ്
തേങ്ങുമ്പോഴും
നിന്റെയുള്ളിൽ
പ്രശാന്തമായൊരുകുന്നൊരാ
പ്രേമസംഗീതസാഗരത്തിരകളിൽ
നീന്തുവാ-
നെന്നെക്ഷണിച്ചൊരനൗചിത്യബോ
ധത്തിനെന്നും....
പ്രിയ സഖീ.... നന്ദി....

സുനാമി

*വഴിയെ പോകുന്നവന്റെ
വാക്കേറുവിലേയ്ക്ക്
വീണ്ടുമൊരു കല്ലേറിന്റെ
കിതപ്പുസമ്മാനിച്ചുകൊണ്ട്
എന്റെ ഭൂപടത്തെ
നിന്റെ തിരവിഴുങ്ങുക തന്നെയാണ്.
ചവച്ചു തുപ്പുന്നവർക്കും
സ്വന്തം പല്ലിടകുത്തുന്നവർക്കും
ജനപ്പരുന്തിനെ വെടിവച്ച്
അത്താഴമൊരുക്കുന്നവർക്കും
മേലേ നിന്ന്
നിർത്താതെ, നിർത്താതെ
നീ ചിരിയ്ക്കുക തന്നെയാണ്.
നിന്റെ പടയൊരുക്കം
ഞങ്ങളെ പുകയ്ക്കുമ്പോഴും
ഇരുൾമറയ്ക്കുള്ളിൽ നീ
അവസാന വിഷം
കാച്ചുകയാണെന്ന്
അറിയാതെ അറിയുമ്പോഴും
വീണ്ടുവിചാരമില്ലാതെ
ഇന്നുകളിലേയ്ക്ക് തന്നെ
ചൂണ്ടലിട്ടു രസിയ്ക്കുക്കുയാണ്
ഞങ്ങൾ.
ഒരു വിരൽപ്പെരുമാറ്റം കൊണ്ട്
ഞങ്ങളെയുമെടുക്കുക.
പിറകെ വരുന്നവരെങ്കിലും
കണ്ടു പഠിക്കുമാറാകട്ടെ....*

കുറ്റവാളി

ഇന്നലെകളിലെ ഇരുട്ടിൽ നിന്ന്
പടിയിറങ്ങിപ്പോയ നന്മകൾക്ക്...
മറന്നുവച്ച പാഥേയപ്പൊതിയിൽ
ഉടമസ്ഥതയുറപ്പിച്ച പുതിയ സഹജീവി.
നിഴൽ പറന്നുപോകുമെന്ന് കണ്ടെത്തിയത്
സുഹൃത്തിന്റെ ഭാര്യ.
(വീടിന്റെ മച്ചുകൾക്ക്
പഴയ തൂണിന്റെ ഇളക്കം തട്ടുന്നുണ്ട്)
മദർതെരേസയുടെ ചിത്രത്തെ
ബലാത്സംഗം ചെയ്ത നിരപരാധി– അവൻ
മാർപ്പാപ്പയ്ക്കും മരണമുണ്ടെന്നു പറയുമ്പോൾ
നാക്കു പിഴുതെടുത്ത കുന്തക്കാർ.
എന്റെ മരണത്തിന്റെ അനിവാര്യത
വിളിച്ചുപറയുന്ന കോടതിമുറി.
അലാറം ശബ്ദിക്കുന്നു.
പുഴകൾക്ക് കൊഞ്ചലില്ല.
പൂക്കൾക്ക് മണമില്ല.
പിന്നെന്തിനു നീ ദൈവത്തെ പൂജിക്കുന്നു

ക്ഷണക്കത്ത്

ചകിതമീരാത്രിയിൽ
നീലരക്തം പടർ-
ന്നൊഴുകും സിരാതന്തു
പൊട്ടിച്ചെടുത്തു നീ
കലിയിളകി നിൽക്കുന്നു
മരണമേ, ഞാനിനിയു-
മറിയാതെപൊയ്പോയ
കരളിൻ്റെ കഷ്ണം
തിരഞ്ഞൊടുവിലേകയായ്
പറയട്ടെ നിന്നോടു
പോകാം, നമുക്കിനി
തളിർവരണ്ടൊടുവിലെ-
ക്കിളിയും പറന്നുപോ-
യൊഴിയുമ്പൊഴും നേർത്ത
കാലടിപ്പാടുകൾ
പറയുന്നമൗനത്തെ-
യൊരുകൂട്ടിലാക്കിത്തിടമ്പേറ്റി നിർത്തവേ
അഴിയെണ്ണി, ഇഴയെണ്ണി
കടലെണ്ണി, കരയെണ്ണി
മരവിച്ചുപോകുമ്പോൾ മരണമേ നിന്നോടു
കരയുന്നു, ഞാനിന്നു പോകാം നമുക്കിനി.

ഞാൻ

കുരുക്കിൽപ്പെട്ട്
ജീവിതം തന്നെ
പകുതിയെഴുതിവെച്ച
കവിതപോലെ
നീറുന്ന വേദനയാക്കിയവൾ.
മരണത്തിന്റെ
നിഗൂഢതകളിലേക്ക്
ഊളിയിട്ടിറങ്ങി
ഒടുവിൽ
ജീവതത്തിന്റെ
നരച്ച കരയിൽത്തന്നെ
തിരിച്ചുപൊകേണ്ടി വന്നവൾ.

എന്റെ അടുക്കള

*മുറിവുപറ്റിയ ഉള്ളിയിൽ നിന്നാണ്
ഞാൻ കരയാൻ പഠിച്ചത്.
ഉണങ്ങിയ മരക്കൊമ്പിൽ നിന്നാണ്
ഞാൻ കത്താൻ പഠിച്ചത്.
മുളകിന്റെ ചുവപ്പ്
എന്നെ എരിയിയ്ക്കുകയും
കറുത്തകത്തിക്കൂർപ്പ്
എന്റെ ചോരവാർക്കുകയും
കടുത്ത ചായക്കൊപ്പം കിടന്ന്
എന്റെ ഹൃദയം തിളയ്ക്കുകയും ചെയ്തു
ഇപ്പോൾ വെളുത്ത ശീതീകരണിയിൽ
എന്റെ മനസ്സ് ഉറച്ചുപോയിരിക്കുന്നു.*

തൂലിക

കവിതയുടെ പരപ്പിൽ
പൊതിഞ്ഞെടുത്ത
ചോറും കറിയും ചമ്മന്തിയും
ഒരു മുക്തിയുടെ വേപഥുപോലെ
ഛർദ്ദിക്കുതിപ്പാകുമ്പോൾ
പരുത്ത വിരലുകൾക്കിടയിൽ
തൂലികയുടെ ചോരപ്പാട്.

ഗർഭഛിദ്രം

*ഈ കറുത്ത തടവറയ്ക്കുള്ളിൽ നിന്ന്
മോചനം നേടാനിനി
മാസങ്ങൾ വേണ്ട.
കാത്തിരിപ്പുകൾക്ക് വിസ്മൃതിക്കോലം
മാതൃത്വത്തിനു ദൈന്യത.
പൊക്കിൾക്കൊടി മുറിയ്ക്കുന്നയവനശുശ്രൂഷകയ്ക്ക്
ഇനി സ്തുതിഗീതങ്ങളുടെ ആവശ്യമില്ല.
എനിക്ക് പുറത്ത് കടക്കാം. പക്ഷേ
എന്തിനു വേണ്ടി?
ആർക്കു വേണ്ടി?
നിങ്ങളുടെ വരണ്ട മരുഭൂമിയിൽ നിന്നുള്ള
എന്റെ പാലായനമാകുന്നു ഇത്.
കാലത്തിൻറെ തിരശ്ശീലകൾക്ക് പിന്നിൽ
പൂക്കാത്ത പൂമൊട്ടായി...
രാക്ഷസീയതയ്ക്ക് മുൻപിൽ അടിയറവുപറഞ്ഞ
രാജകുമാരി ഇന്ന് നൊമ്പരപ്പെടും
നാളത്തെ അടിയറവിനു വേണ്ടി
വീണ്ടുമവൾ യത്നിക്കും.
അവന്റെ വാരിയെല്ലായി
അന്ന്, പുതിയ രൂപത്തിൽ, ഭാവത്തിൽ
എന്റെ കണങ്ങൾ അവൾ നട്ടുവളർത്തും.
ഇന്ന് യാത്രാമൊഴി.*

ഉൾവിളി

നീയൊരു മരുന്നില്ലാത്ത
മുറിവായിത്തീരുകയാണ്...
പുഴുക്കുത്തുവീണ
ഇന്നലെകളിൽ നിന്ന്
നിന്റെ വാക്കുകളുടെ ഗന്ധം
പ്രവഹിക്കുമ്പോൾ
ഓർമ്മകൾ മുള്ളുകളായി,
അഗ്നിയുടെ പെരുമഴയായി
ഭ്രാന്തിൻറെ നിലയില്ലാക്കയമായി
ഒടുവിൽ മരണത്തിന്റെ ഉൾവിളിയായി...
ജീവന്റെ നോവുകളെ
കൊത്തിവലിയ്ക്കുന്നു.
വലിച്ചുണർത്തുന്നു.

രാജലക്ഷ്മി ടീച്ചർ - ഒരു തണൽ

ഒരു വഴി തിരഞ്ഞൊടുവിൽ
മഴപൂത്ത കാവുകൾക്കപ്പുറം
നിഴൽ പുതച്ചെന്തിനോ
കുളിർമഞ്ഞിനുള്ളിൽ
മറയാതെ മാഞ്ഞ്
ഞങ്ങളുടെയിരുളിൽ
പതുക്കെച്ചിരിച്ച്
ഇത്ര
അറിയാത്ത മിഴികളുടെ
കല്പനയിൽ നിന്നിറ്റ
ചുടുനീരിലെന്തോ നിറച്ച്
മൂക നിർവ്വാണമുരുവിട്ട്
ഇന്നുമൊരു നേർത്ത പുഴയായി,
തിരയൊച്ചയില്ലാതെ
ഒഴുകുമസ്വസ്ഥതേ
പൊരിവെയിൽച്ചൂടിൻ
തളർച്ചക്കിതപ്പുകളി-
ലൊരു തണുപ്പാമിടവേള ഞങ്ങൾക്കു
പകരുന്നതാണു നിൻ
ചെറുകാറ്റുമിളനിലാ-നിഴൽതമ്മിലിണചേരു-
മതിഗൂഢരാക്കളും.

ട്രെയിൻ

ട്രെയിൻ പോലെ എന്റെ പ്രണയം.
ഹൃദയത്തിന്റെ സ്റ്റേഷനിൽ
അഞ്ചുമിനിറ്റ് നിർത്തിയിട്ട്
എവിടെ നിന്നോ വന്ന്
എവിടെയ്ക്കോ പോകുന്ന ട്രെയിൻ.
അതെ, ട്രെയിൻ
എന്റെ വേദനയാകുന്നു.

എന്റെ ആത്മാവിൻറെ കുരിശിടങ്ങൾ

*കാതിൽ ഒരു വിളിയുടെ ഓരം ചേർന്ന്
പെരുമഴ കനക്കുകയാണ്.
വിയർത്തിടിഞ്ഞുപോകുന്ന
വാഗ്ദാനങ്ങൾക്കു പുറം തിരിഞ്ഞ്
എന്റെ ശവക്കുഴിക്കണ്ണുകൾ
ഇപ്പോൾ പതിയെ
പരസ്പരം പിണയുവാൻ
പഠിച്ചുകൊണ്ടിരിക്കുന്നു.
വേർപിരിയലിൽ നിന്ന്
അടുത്തവേർപിരിയലിലേയ്ക്ക്
വലിച്ചുമുറുക്കി
നിർത്തിയ വീണക്കമ്പികളിൽ
പരുന്തിൻ ചിറകുകളുടെ
കനത്ത ഈണം.
ഇരുണ്ടിഴയുന്ന ജനൽപ്പാതിക്കാഴ്ച്ചകളിൽ
മനസ്സു മുഴുവൻ ജ്വരം പിടിച്ചുറയുമ്പോഴും
നിന്റെ ആകാശങ്ങളിലേയ്ക്ക്
ഒരു വിറ പടർന്നലയുവാൻ
കുന്തിരിക്കപ്പുകയ്ക്കൊപ്പം
ഞാനെന്നെ വീർപ്പിയ്ക്കുകയാണ്.
ഒരു തുമ്മലിന്റെ ഉച്ഛ്വാസമെങ്കിലും
നിനക്കു തരണമെന്നാണ് എന്റെ മോഹം.
കുടഞ്ഞെറിയുവാൻ പോന്ന മറ്റെന്താണ്
നിന്റെ നാഡികളിൽ അയവുണ്ടാക്കുക.*

മരണത്തെ പ്രണയിച്ച പ്രതിഭകൾ

Dying
Is an Art, Like everything else
I do it Exceptionaly well
I do it so it feels real
I guess you could say I've a call

1962 ഒക്ടോബറിൽ തന്റെ ഡയറിയിലെഴുതിയ കവിതയിൽ സിൽവിയ പ്ലാത്ത് മരണത്തോടുള്ള അടങ്ങാത്ത അഭിനിവേശത്തെക്കുറിച്ചാണ് പറയുന്നത്. മരണമെന്നത് ഒരു കലയാണ് അതിനെങ്ങനെയാണ് സൗന്ദര്യവും വ്യത്യസ്തതയും നൽകുന്നതെന്നായിരിക്കും സിൽവിയ ഓരോ ദിനവും ആലോചിച്ചുണ്ടാവുക. 1963 ഫെബ്രുവരി 11ന് അതിന്റെ കലാവിഷ്കാരമായിരിക്കാം എഴുത്തുകാരി നിർവ്വഹിച്ചിട്ടുണ്ടാവുക.

1932 ഒക്ടോബർ 27ന് ജർമൻകാരനായ ഓട്ടോ എമീൽ പ്ലാത്തിന്റെയും ഓസ്ട്രിയൻ വംശജയായ ഒറീലിയ ഷോബർ

പ്ലാത്തിന്റെയും മകളായി ജനിച്ച സിൽവിയയുടെ ബാല്യം ഒറ്റപ്പെടലിന്റെയും വിഷാദത്തിന്റേതുമായിരുന്നു. അമ്മ ഒറീലിയയായിരുന്നു സിൽവിയയുടെ ആത്മസുഹൃത്ത്. അമ്മയോട് തന്റെ ചിന്തകളും പ്രണയവും വിഷാദവുമെല്ലാം പങ്കുവെക്കുമായിരുന്നു. അമ്മയ്ക്കും സഹോദരൻ വാറനുമായി എഴുതിയ 696 കത്തുകളുടെ സമാഹാരമായ 'ലെറ്റേഴ്സ് ഹോം'എന്ന പുസ്തകത്തിൽ അമ്മയും സിൽവിയയും തമ്മിലുള്ള ഇഴയടുപ്പം വായിച്ചെടുക്കാവുന്നതാണ്.

തന്റെ ആദ്യ ചുംബനം, ആദ്യത്തെ ഡേറ്റിംഗ്, പ്രണയം, സൗഹൃദം, കവിതകൾ, ചിത്രകലകൾ.... എല്ലാം തുറന്നെഴുതി സിൽവിയ.

ഒറീലിയ ഷോബർ പ്ലാത്ത് തന്റെ മകളുടെ ആത്മഹത്യ പ്രവണത തിരിച്ചറിയുന്നതിനെക്കുറിച്ച് പറയുന്നുണ്ട്. ഒരു ദിവസം അവളുടെ കാലുകളിൽ ഉണങ്ങിയ വ്രണം കണ്ടപ്പോൾ ഭയത്തോടെ ഞാനവളോട് ചോദിച്ചു ഇതെന്താണെന്ന്, അപ്പോഴവൾ പറഞ്ഞത് തന്റെ മനക്കരുത്തളക്കുവാനാണെന്നാണ്. ഈ സംസാരം കഴിഞ്ഞതിന് ശേഷം സിൽവിയ എന്നോട് ചോദിച്ചു "അമ്മേ ഈ ലോകം ദുഷിച്ചിരിക്കുന്നു, നമുക്ക് ഒന്നിച്ച് മരിക്കാം" എന്നാണ്.

അവളുടെ വാക്കുകൾ രോഗത്തിന്റെ ലക്ഷണമാണെന്ന് ഞാൻ തിരിച്ചറിഞ്ഞിരിക്കുന്നു, അവളെ എത്രയും പെട്ടെന്ന് ഞങ്ങളുടെ കുടുംബ ഡോക്ടറെ കാണിച്ചു. സിൽവിയയെ കൗൺസിലിംഗിന് വിധേയമാക്കണമെന്നും അവളുടെ മനസ്സിന് ബാധിച്ച രോഗത്തിന്റെ ആഴം അദ്ദേഹം എന്നോട് പങ്കുവെച്ചു. അവളുടെ സുഖകരമായ ഉറക്കിന് ഡോക്ടർ ഉറക്കഗുളികകൾ നൽകിയിരുന്നു അത് ഞാനൊരു സ്റ്റീൽ പെട്ടിയിൽ ഭദ്രമായി സൂക്ഷിച്ചു. പക്ഷേ ഞാനും എന്റെ സുഹൃത്തും ഒരു സിനിമ കാണാനായി പോയപ്പോൾ ഗർഭപാത്രത്തിൽ വൈദ്യുതി ആഘാതമേറ്റത് പോലെ എന്റെ ഉള്ളം പിടയുകയും വിയർക്കുകയും ചെയ്തു. സിനിമ ആസ്വദിക്കാനാവാതെ തിയേറ്ററിൽ നിന്നുമിറങ്ങി എത്രയും പെട്ടെന്ന് വീട്ടിലെത്തിക്കാൻ സുഹൃത്തിനോട് പറഞ്ഞു. ഉള്ളിലുള്ള ആന്തൽ ശരിവെക്കും പോലെ മേശപ്പുറത്ത് സിൽവിയയുടെ ഒരെഴുത്തുണ്ട് ഞെട്ടലോടെ അതെടുത്ത് വായിച്ചു "ഒരു നീണ്ട യാത്ര പോകുന്നു, നാളെ

വീട്ടിൽ തിരിച്ചെത്തും."

ചകിതയായി ചുറ്റിലും നോക്കി എവിടെയും അവളെ കണ്ടില്ല, ഡോക്ടർ തന്ന ഗുളികൾ ഭദ്രമായി സൂക്ഷിച്ച സ്റ്റീൽ പെട്ടികുത്തിത്തുറന്ന് ഗുളികൾ മോഷ്ടിച്ചിരിക്കുന്നു.

സിൽവിയയെ കാണാനില്ലെന്ന് പറഞ്ഞ് പോലീസിൽ പരാതി നൽകി. റേഡിയോയിലൂടെ വാർത്ത എല്ലാവരിലേക്കുമെത്തിച്ചു, മൂന്നാം ദിവസം കെട്ടിടത്തിന്റെ താഴെ നിലയിലെ ഒരു മുറിയിൽ സഹോദരൻ വാറൻ അവളെ കണ്ടെത്തി. അവശയായ അവളുടെ സമീപത്ത് പാതിയൊഴിഞ്ഞ ഉറക്ക ഗുളികകളുടെ കുപ്പി കാണപ്പെട്ടു. അവളെ മസാച്യുസെറ്റ്സ് ജനറൽ ആശുപത്രിയിലെത്തിച്ചു. ഡോ. വില്യം ടെർഹ്യൂൺ ആയിരുന്നു അവളെ ചികിത്സിച്ചിരുന്നത് അദ്ദേഹത്തിന്റെ മേൽനോട്ടത്തിൽ അവൾക്ക് ഇൻസുലിൻ തെറാപ്പി കൊടുത്തു കുറച്ച് നാളുകൾക്ക് ശേഷം അവൾ സുഖം പ്രാപിച്ചു. പിന്നീട് സിൽവിയ ആ ദിനത്തെക്കുറിച്ച് അമ്മ ഒറീലിയക്ക് എഴുതിയരുന്നു. അന്ന് തനിക്ക് സ്വസ്ഥമായി മരണത്തെ പുൽകാൻ സമ്മതിക്കാത്തവരെ അവൾ ഏറെ വെറുപ്പോടെയാണ് കണ്ടിരുന്നതെന്ന്.

1955ൽ സ്മിത്ത് കോളേജിൽ ബിരുദം നേടിയ സിൽവിയ ഇംഗ്ലണ്ടിലെ കേംബ്രിഡ്ജ് സർവ്വകലാശലയിൽ ഫുൾ ബ്രൈറ്റ് സ്കോളർഷിപ്പും ലഭിച്ചു. ഇവിടെ വെച്ചാണ് ഇംഗ്ലണ്ടിലെ പ്രശസ്ത കവി ടെഡ് ഹ്യൂസിനെ കണ്ടുമുട്ടുന്നതും അനുരക്തയാവുന്നതും.

സങ്കീർണമായ തന്റെ മാനസികാവസ്ഥയെ മറികടക്കുവാൻ ഒരു പങ്കാളിയെ സിൽവിയ ആഗ്രഹിച്ച സമയമാണ് ഹ്യൂസിനെ കണ്ടുമുട്ടുന്നത് 1956 ഫെബ്രുവരി 16നോണ് അവളുടെ പ്രണയം ടെഡിൽ കത്തുന്നത്. ആ കാലം സിൽവിയ വളരെ സന്തോഷവതിയായിരുന്നു. ടെഡ് ഹ്യൂസിനെപ്പോലുള്ള സുന്ദരനും പ്രിതിഭാധനനുമായ ഒരാളെ തന്റെ പങ്കാളിയായി ലഭിച്ചതിൽ സിൽവിയ അഭിമാനം കൊള്ളുന്നത് പിന്നീടുള്ള അവളുടെ എഴുത്തിലുണ്ട്.

കവിദമ്പതികളുടെ ബന്ധത്തിൽ രണ്ട് കുഞ്ഞുങ്ങളുണ്ടായി, ഫ്രെയ്ഡ റെബേക്കയും നിക്കോളാസുമായിരുന്നു അവർ. ടെഡിനോടൊപ്പമുള്ള ഓരോ നിമിഷവും ആസ്വദിച്ചു കൊണ്ടിരുന്ന സിൽവിയയുടെ ഇടയിലേക്ക് കനേഡിയൻ കവി വെവി

ലിന്റെ ഭാര്യ ആസിയ കടന്ന് വരുന്നത്. 1962 ജൂലൈയിലാണ് ആസിയയുമായി ടെഡിനുള്ള ബന്ധത്തെക്കുറിച്ച് ആദ്യമായി സിൽവിയ കേൾക്കുന്നത്. അന്നു മുതൽ അവൾ കടുത്ത വിഷാദത്തിലായി, സിൽവിയ-ടെഡ് ഹ്യൂസ് ബന്ധത്തിൽ വിള്ള ലുണ്ടായി. കടുത്ത നിരാശയും വേദനയും വിഷാദവും സിൽവി യയെ വന്നുമൂടി.

തന്റെ പ്രിയതമൻ ടെഡ് ഹ്യൂസ് കാമുകി ആസിയ വെവിലിനോടൊപ്പം സ്പെയിനിൽ പ്രണയം പങ്കു വെക്കു മ്പോൾ 1963 ഫെബ്രുവരി 11ന്റെ പുലരിയിൽ വളരെ നേരത്തെ എഴുന്നേറ്റ സിൽവിയ തന്റെ മക്കളായ ഫ്രെയ്ഡ റെബേക്കക്കും, നിക്കോളാസിനും വേണ്ട ഭക്ഷണം അടുക്കളയിൽ പോയി ഒരു ട്രേയിൽ പാലും ബ്രെഡുമെടുത്തു ഗാഢനിദ്രയിലായിരുന്ന അവരുടെ ബെഡിനരികിൽ വെച്ചു വാതിലടച്ചു. വാതിലിന്റെ വിടവുകൾ തുണിക്കഷ്ണങ്ങൾ വെച്ച് പൊത്തി. അടുക്കളയിൽ വന്നു ഗ്യാസ് തുറന്നു തന്റെ തല ഒരു ടവ്വലിൽ പൊതിഞ്ഞ് ഓവനിലേക്ക് വെച്ചു... അതിൽ നിന്നും പകർന്ന തീയിൽ സിൽവിയ പ്ലാത്ത് മരണമെന്ന കല പൂർത്തിയാക്കി മടങ്ങി. കൃത്യം അഞ്ച് വർഷങ്ങൾക്ക് ശേഷം ടെഡിന്റെ രണ്ടാം ഭാര്യ യായ ആസിയ വെവിലും ഗ്യാസ് തുറന്നിട്ട് തീ പടർന്ന് എരി ഞ്ഞടങ്ങുകയായിരുന്നു.

മുപ്പത്തിയൊന്ന് വർഷത്തെ ജീവിതത്തിൽ സിൽവിയ എഴുതിയതെല്ലാം പ്രതിഭയുടെ മിന്നൽപ്പിണറുകൾ. തന്റെ മന സ്സിന്റെ സങ്കീർണതകൾ അവളുടെ കവിതയിലും കാണാം. ടെഡ് ഹ്യൂസുമായുള്ള ബന്ധം തകർച്ചയിൽ എഴുതിയ ഏരി യൽ എന്ന കവിത അദ്ഭുതപ്പെടുത്തുന്നതാണ്. സിൽവിയ എഴു തിയ ഏകനോവലായ ദ ബെൽജാർ ആത്മകഥാംശമുള്ളവയാ ണ്, എസ്തർ ഗ്രീൻവുഡ് എന്ന കഥാപാത്രം സിൽവിയ ജീവിച്ച വഴിയിലൂടെയാണ് നോവലിലൂടെ കടന്ന് പോവുന്നത്. വിക്ടോ റിയ ലൂക്കാസ് എന്ന അപരനാമത്തിലാണ് ഈ കൃതി സിൽവിയ എഴുതിയിരിക്കുന്നത്. ഇരുപതാം നൂറ്റാണ്ടിൽ ഏറ്റവുമധികം ചർച്ച ചെയ്ത മരണങ്ങളിലൊന്നാണ് സിൽവിയ പ്ലാത്തിന്റേത്. ടെഡ് ഹ്യൂസാണ് സിൽവിയയുടെ മരണത്തിനു ത്തരവാദിയെന്ന് പറയുമ്പോഴും മരണത്തോടുള്ള സിൽവിയ യുടെ അടങ്ങാത്ത പ്രണയവും അവസാനിക്കാത്ത അന്വേഷ

ണവുമാണ് ശരിയായ കാരണമെന്നത് തള്ളിക്കളയാനാവില്ല.

ഒരു നൂറ്റാണ്ട് മുൻപ് 'A room of one's own' എന്ന ഫെമിനിസ്റ്റ് ആശയമുള്ള രചന നടത്തിയ പ്രതിഭ വെർജീനിയ വൂൾഫ് മരണത്തിനും ജീവിതത്തിനുമിടയിലെ സംഘട്ടനത്തിലൂടെയാണ് അൻപത്തിയൊമ്പത് വർഷം കടന്ന് പോയത്. 1882 ജനുവരി 25ന് ജൂലിയ സ്റ്റീഫന്റെയും ലെസ്ലി സ്റ്റീഫന്റെയും മകളായി ജനിച്ച വെർജീനിയയുടെ ജീവിതത്തിൽ നിന്നും ഇരുപത്തിരണ്ട് വയസ്സിനിടെ വേർപിരിഞ്ഞത് പ്രിയപ്പെട്ട മൂന്ന് പേരായിരുന്നു.

അമ്മ ജൂലിയ സ്റ്റീഫൻ 1895ൽ മരിച്ചു, സഹോദരി സ്റ്റെല്ല 1897ലും അച്ഛൻ ലെസ്ലി സ്റ്റീഫൻ 1904ലും മരിച്ചു. ചെറുപ്രായത്തിൽ തന്നെ ഇത്രയധികം വേർപാടും അനാഥത്വവും അഭിമുഖീകരിക്കേണ്ടി വന്ന വെർജീനിയയുടെ ബാല്യകൗമാരങ്ങൾ ദുരിതപൂർണ്ണവും വിഷാദഭരിതവുമായിരുന്നു. അമ്മയുടെ മരണശേഷം അച്ഛന്റെ രണ്ടാം ഭാര്യയിലുണ്ടായ സഹോദരന്മാരിൽ നിന്നും വെർജീനിയക്ക് ലൈംഗിക പീഢനമനുഭവിക്കേണ്ടി വന്നിരുന്നു. 1941ൽ ഇതെൽ സ്മിത്തിനെഴുതിയ കത്തിൽ ആ ദുരിതകാലത്തെ അവൾ ഓർത്തെടുക്കുന്നുണ്ട്. "എന്റെ അർധ സഹോദരൻ ചുവരിൽ ചാരിനിർത്തി എന്റെ രഹസ്യ ഭാഗങ്ങൾ സ്പർശിച്ചു, ആ ഓർമകൾ എന്റെ മനസ്സിലേക്കെത്തുമ്പോൾ ഭയവും ലജ്ജയും കൊണ്ട് വിറക്കുകയാണ്."

വെർജീനിയയേക്കാൾ പതിനാല് വയസ്സ് പ്രായമുള്ള സഹോദരൻ ജോർജാണ് അവളുടെ മനസ്സിലെന്നും ഉണങ്ങാത്ത മുറിവായി മാറിയത്, അയാൾ അവളെ നിരന്തരം പീഢിപ്പിച്ചു. പത്ത് വർഷത്തോളം ജോർജ് വെർജീനിയയെ പീഢിപ്പിച്ചിരുന്നവെന്ന് അവളുടെ രചനകളിലും ജീവത്തിലും ലൈംഗിക പീഢനം ചെലുത്തിയ സ്വാധിനെത്തെക്കുറിച്ച് പഠിച്ച ഡിസാൽവോ പറയുന്നു.

1912 ലാണ് വെർജീനിയ ലിയോനാർഡ് വൂൾഫിനെ തന്റെ ജീവിത പങ്കാളിയാകുന്നത്. ബാല്യകാലത്ത് നേരിട്ട പീഢനങ്ങൾ വെർജീനിയയിൽ ലൈംഗിക ധാരണകൾ വികലമാക്കിയിരുന്നു. ഒരിക്കൽ തന്റെ ഭർത്താവിനോട് തുറന്നടിച്ചു പറയുന്നുണ്ടവൾ "പ്രിയപ്പെട്ട ലിയോനാർഡ് നിങ്ങളോടെനിക്ക്

ഒരു ലൈംഗിക വികാരവും തോന്നുന്നില്ല." ശാരീരിക ബന്ധത്തിൽ ചേർച്ചകളില്ലെങ്കിലും അവർ തമ്മിലുള്ള ആത്മബന്ധം അത്രമേൽ ദൃഢമായിരുന്നു. രഹസ്യ ഭാഷയിൽ ആശയ വിനിമയം നടത്തുകയും ഓമനപ്പേരിട്ട് പരസ്പരം വിളിക്കുകയും ചെയ്തിരുന്നു.

അമ്മ ജൂലിയയുടെ മരണത്തെത്തുടർന്ന് 13-ാം വയസ്സിലാണ് വെർജീനിയയുടെ സമനില ആദ്യമായി നഷ്ടപ്പെട്ടത്. 1904ൽ അജ്ഞാത ലോകത്ത് നിന്നുള്ള വിളി കേട്ട് നഴ്സിംഗ് ഹോമിന്റെ ജാലകത്തിലൂടെ അവൾ പുറത്ത് ചാടി. അദ്ഭുതകരമായി രക്ഷപ്പെട്ട 1910ലും 1912ലും ഇത്തരം ഉന്മാദാവസ്ഥയിലെത്തിച്ചേർന്നിരുന്നു. വിഭ്രാന്തിയുടെ ലോകത്ത് നിന്നുമുള്ള ഓരോ തിരിച്ച് വരവും സർഗാത്മകതയുടെ വസന്തമായാണ് വെർജീനിയ അവതരിച്ചത്. 1913ലും 1915ലും ആശുപത്രി വാസത്തിൽ നിന്നുള്ള മടക്കത്തിനിടെയാണ്' ദ വോയേജ് ഔട്ട്, റ്റു ദ ലൈറ്റ് ഹൗസ്, മിസിസ് ഡാലോവെ' എന്നീ നോവലുകളും ഇന്നും നിരന്തരം വായിക്കപ്പെടുകയും ചർച്ചകൾക്ക് വിധേയമാക്കപ്പെടുകയും ചെയ്യുന്ന 'എ റൂം ഓഫ് വൺസ് ഓൺ' എഴുതുന്നതും.

വെർജീനിയയുടെ സ്ത്രീ സൗഹൃദങ്ങൾ തീക്ഷണമായിരുന്നു. വിറ്റാ സാക് വില്ലെ വെസ്റ്റ് എന്ന സ്വവർഗാനുരാഗിയുമായി കിടക്ക പങ്കിട്ട വെർജീനിയ അത് തുറന്ന് പറയുന്നതിന് ഒട്ടും മടികാണിച്ചിരുന്നില്ല. ഒരു നൂറ്റാണ്ട് മുൻപ് സ്വവർഗാനുരാഗിയെന്ന് പറയുവാൻ കാണിച്ച ധൈര്യം പിന്നീടുള്ള തലമുറയ്ക്ക് വലിയ പ്രചോദനമായിരുന്നു.

ജീവിതത്തിൽ നിരന്തരം പുറന്തിരിഞ്ഞ് നടന്നിട്ടും അവൾക്ക് മരണത്തിന്റെ തീരത്തേക്ക് നടക്കാനായിരുന്നില്ല. ഒടുവിൽ 1941 ഏപ്രിൽ 18ന് സസെക്സിന് സമീപമുള്ള ഔസ് നദിയിൽ കുളിക്കുകയായിരുന്ന കുട്ടികളാണ് അഴുകിയ നിലയിൽ എഴുത്തുകാരിയുടെ മൃതദേഹം കണ്ടത്.

തന്റെ പ്രിയപ്പെട്ടവൻ ലിയോനാർഡ് വൂൾഫിനും അവരുടെ സഹോദരി വനീസ്സക്കും ആത്മഹത്യക്കുറിപ്പെഴുതി വെച്ച് 1941 മാർച്ച് 28ന് രാവിലെ 11.30ന് വീട് വീട്ടിറങ്ങിയ വെർജീനിയ ഔസ് നദിക്കരയിൽ ഒരു നിമിഷമൊന്നാലോചിച്ചിരിക്കണം. അനേകം തവണ മരണക്കയത്തിലേക്ക് ചാടിയിട്ടും ജീവി

ത്തിന്റെ തീരത്തണച്ച വിധിയെ മറികടക്കണമെന്ന് അവൾ ആലോചിച്ചുറപ്പിച്ചിരിക്കണം. അതിനായിരിക്കാം തന്റെ കോട്ടിന്റെ കീശയിൽ വലിയൊരു കല്ല് കെട്ടിവെച്ച് ഔസ് നദിയിലേക്ക് ചാടി മരണത്തിന്റെ ആഴങ്ങളിലേക്ക് മറഞ്ഞത്.

രാജലക്ഷ്മി പൂർത്തിയാവാത്ത കവിത

മലയാള സാഹിത്യാകാശത്ത് മിന്നിത്തിളങ്ങവേയാണ് രാജലക്ഷ്മിയെന്ന നക്ഷത്രം ഞെട്ടുകളടർത്തി വീണത്. മുപ്പത്തിനാല് സംവത്സരങ്ങൾ മാത്രം ജീവിച്ച രാജലക്ഷ്മി 1965 ജനുവരി 18ന്റെ പുലരിയിലെഴുന്നേറ്റ് ഈറൻ മാറി ഒരു സാരിത്തലപ്പിൽ തന്റെ ജീവനൊടുക്കിയത്. എന്തിനാണവർ സാഹിത്യ ലോകത്ത് തിളങ്ങി നിൽക്കവെ നിത്യതയിലേക്ക് മടങ്ങിയതെന്ന് ഇന്നും ഒരു സമസ്യയായി ബാക്കി നിൽക്കുകയാണ്.

രാജലക്ഷ്മി എഴുതിത്തെളിയുമ്പോൾ മലയാള സാഹിത്യത്തിൽ അവരോടൊപ്പമുണ്ടായിരുന്ന വനിത പ്രതിഭാശാലിനികൾ ലളിതാംബിക അന്തർജനവും പാൽക്കുളങ്ങര സരസ്വതിയമ്മയും മാത്രമായിരുന്നു. 1958ൽ രാജലക്ഷ്മിയുടെ ആദ്യ നോവൽ 'ഒരു വഴിയും കുറേ നിഴലുകളും' മാതൃഭൂമി ആഴ്ചപ്പതിപ്പിൽ ഖണ്ഡശ്ശയായി പ്രസിദ്ധീകരിച്ചു. 1960ൽ 'ഉച്ചവെയിലും ഇളം നിലാവും' എന്ന ആത്മകഥാംശമുള്ള നോവൽ അവരുടെ കുടുംബാംഗങ്ങളുടെ പ്രതിഷേധത്തിൽ രാജലക്ഷ്മി ആഴ്ചപ്പിൽ പ്രസിദ്ധീകരിച്ചു കൊണ്ടിരുന്ന നോവൽ പിൻവലിച്ചു, അത് രാജലക്ഷ്മിയെ തെല്ലൊന്നുമല്ല നിരാശയാക്കിയത്. ജീവിത്തിന്റെ ഏടുകളായിരുന്നു എഴുത്തുകാരിയുടെ വിഭവങ്ങളേറെയും.

രാജലക്ഷ്മിയന്ന എഴുത്തുകാരിയെ മലയാള സാഹിത്യ ലോകത്തിന്റെ ശ്രദ്ധയിലേക്ക് കൊണ്ടുവന്നത് 1956 ൽ മാതൃഭൂമി ആഴ്ചപ്പതിപ്പിലെഴുതിയ 'മകൾ' എന്ന നീണ്ട കഥയാണ്. പാലക്കാട് ജില്ലയിലെ ചെർപ്പുളശ്ശേരിയിൽ മാരാത്ത് അച്യുതമേനോന്റെയും ടി.എ കുട്ടുമാളു അമ്മയുടെയും മകളായി ജനിച്ച രാജലക്ഷ്മി മഹാരാജാസ് കോളേജ്, തിരുവനന്തപുരം യൂനിവേഴ്സിറ്റി കോളേജ് എന്നിവിടങ്ങളിലെ വിദ്യാഭ്യാസത്തിന് ശേഷം ഒറ്റപ്പാലം എൻ.എസ്.എസ്. കോളേജിൽ ഭൗതിക ശാസ്ത്രാധ്യാപികയായിരുന്നു. സഹോദരി ടി.എ. സരസ്വതിയമ്മ ഗണിത

ശാസ്ത്രജ്ഞയായിരുന്നു.

ചങ്ങലകളും തടവറകളും ഭേദിച്ച രാജലക്ഷ്മി തന്റെ കുടുംബത്തിൽ നിന്നും യാഥാസ്ഥിതിക സമൂഹത്തിൽ നിന്നും നിരവധി എതിർപ്പുകൾ നേരിട്ടു. രാജലക്ഷ്മി തന്റെ എഴുത്തിലൊരിടത്ത് പറയുന്നുണ്ട് "ഞാൻ ഇരുന്നാൽ ഇനിയും കഥ എഴുതും, അത് കൊണ്ടിനി ആർക്കൊക്കെ ഉപദ്രവമാകുമോ? ഞാൻ പോട്ടെ..." പരിഹാസത്തിന്റെ തെറ്റാലി കൊണ്ട് മുറിവേറ്റ എഴുത്തുകാരിയുടെ പരിഭവവും, സൂചനയുമാണിത്. ആ കാലത്തിറങ്ങിയ പ്രധാന പ്രസിദ്ധീകരണങ്ങളായ മംഗളോദയം, തിലകം, ജനയുഗം, നവജീവൻ എന്നിവയിലെഴുതിയിരുന്ന രാജലക്ഷ്മിയുടെ വിരലിലെണ്ണാവുന്ന കഥകളിലൊന്നിന്റെ ശീർഷകം 'ആത്മഹത്യ'എന്നായിരുന്നു. ആ കഥയിലെ നീരജ എന്ന കഥാപാത്രത്തിന്റെ വാക്കുകളിതായിരുന്നു."ആത്മഹത്യ ഭീരുത്വത്തിന്റെ ലക്ഷമാണ്, കൊള്ളരുതായ്മയുടേയും. എന്നാൽ ഭീരത്വും എന്ന് പറഞ്ഞാൽ ഞാൻ സമ്മതിക്കില്ല. ഓടുന്ന തീവണ്ടിയുടെ മുമ്പിൽ തലവയ്ക്കുന്നത് ഭീരുത്വമാണത്രേ; ഭീരുത്വമല്ല ധീരതയാണ്. അവരവർ വിചാരിച്ചത് പോലെയെല്ലാം നടക്കാതെ വരുമ്പോൾ ഉടനെ പോയങ്ങ് മരിക്കുക. Reverse face ചെയ്യാനുള്ള ധൈര്യമില്ലാതെ ഒളിച്ചോടിപ്പോവുക എന്നു വെച്ചാൽ ഭീരുത്വം എന്ന് തന്നെ പറയും ഞാൻ".

തന്റെ വാക്കും അക്ഷരങ്ങലും തടവറയിലിട്ട് ജീവിക്കാൻ രാജലക്ഷ്മി ആഗ്രഹിച്ചിട്ടുണ്ടാവില്ല, അവരെഴുതി "നിന്നെ ഞാൻ സ്നേഹിക്കുന്നു ഈ കണ്ണീരിനുപ്പുരസമുണ്ട് ജീവിതത്തിന്റെ ഉപ്പുരസം. എന്നെ വേദനിപ്പിച്ചവളേ എന്റെ ഹൃദയം മുറിപ്പെടുത്തിയവളേ നിന്നെ ഞാൻ സ്നേഹിക്കുന്നു."

ജീവനവശേഷിച്ചിരുന്നുവെങ്കിൽ നവതിയാഘോഷിച്ച് മലയാള സാഹിത്യലോകത്തെ സമ്പന്നമാക്കേണ്ടിയിരുന്ന രാജലക്ഷ്മിയെക്കുറിച്ച് സമകാലീനനായ പ്രശസ്ത എഴുത്തുകാരൻ എംടി വാസുദേവൻ നായർ എഴുതിയ ലേഖനത്തിന്റെ പേര് ഏകാന്തപഥികയെന്നാണ്. സർഗലോകവും ജീവിതവും തമ്മിലുള്ള അന്തരിക സംഘർഷങ്ങളുടെ ചൂടേൽക്കാനാവതെയാണ് ആ പ്രതിഭാശാലിനി 34ന്റെ ചെറുപ്പത്തിൽ ജീവിത്തിൽ നിന്നുമിറങ്ങി നടന്നത്.

മലയാളി മനസ്സിൽ നന്ദിതയുടെ ഡയറികൾ ജനുവരിയുടെ നോവായി മാറിയിട്ട് രണ്ട് ദശാബ്ദം കഴിഞ്ഞിരിക്കുന്നു. രാമഞ്ഞ് പെയ്യുന്ന വയനാട്ടിലെ മടക്കി മലയിലെ വീട്ടിൽ ജീവിതത്തിന് പൂർണ്ണ വിരാമമിട്ട 1999 ജനുവരി 17ന്റെ അർദ്ധരാത്രിയിൽ തുറക്കപ്പെട്ട അവളുടെ ഡയറികളിപ്പോഴും കലാലയങ്ങളുടെ ചുമരുകളിൽ മായാതെ നിൽക്കുന്നുവെങ്കിൽ നന്ദിതയുടെ അക്ഷരങ്ങളുടെ അഗ്നിയെത്രയാണ്.

മരണത്തിന്റെ തണുത്ത കുപ്പായം അണിയും വരെ നന്ദിത വേവുന്ന കടലായിരുന്ന അക്ഷരങ്ങൾ തന്റെ ഡയറിയുടെ കാണാമറയത്ത് വെച്ചു. അവളുടെ മരണശേഷമാണ് അമ്മയും അച്ഛനും അത് കാണുന്നതും കൈരളിയുടെ നോവായി പടരുന്നതും.

1969 മെയ് 21ന് വയനാട് ജില്ലയിലെ മടക്കി മലയിൽ ശ്രീധരമേനോന്റെയും പ്രഭാവതി മേനോന്റെയും മകളായി ജനിച്ച നന്ദിത ഫാറൂഖ് കോളേജ്, കാലിക്കറ്റ് യൂനിവേഴ്സിറ്റി ക്യാംപസ്, മദ്രാസിലെ മദർ തെരേസ വിമൻസ് യൂനിവേഴ്സിറ്റി എന്നിവിടങ്ങളിലെ വിദ്യാഭ്യാസത്തിന് ശേഷം വീടിനടുത്തുള്ള ഡബ്ലു.എം.ഒ കോളേജിൽ ഇംഗ്ലീഷ് അധ്യാപികയായിരുന്നു. തന്റെ വിദ്യാർത്ഥികളോട് വളരെ അടുത്തിടപഴകിയിരുന്ന നന്ദിത ലീവ് ദിവസങ്ങളിൽ പോലും തന്റെ വിദ്യാർത്ഥികൾക്ക് പാഠഭാഗങ്ങൾ ക്ലാസെടുത്തിരുന്ന അധ്യാപികയായിരുന്നുവെന്ന് ഏതാനും വിദ്യാർത്ഥികൾ പിന്നീട് സാക്ഷ്യപ്പെടുത്തുന്നുണ്ട്. തന്റെ അധ്യാപന വൃത്തിയിൽ വളരെ ആത്മാർത്ഥതയോടെ ജോലി ചെയ്തിരുന്ന നന്ദിത എന്തിനാണ് മരണത്തെ പുൽകിയതെന്ന് ഇന്നും അജ്ഞാതമാണ്.

പ്രീഡിഗ്രി പഠനത്തിനായ് ചുരമിറങ്ങിയ നന്ദിത പിന്നീട് തിരികെ കയറുന്നത് 1993ലാണ്. നീണ്ട കാലയളവിൽ കോളേജ് ഹോസ്റ്റലുകളിലായിരുന്നു അവളുടെ ജീവിതം. ഇടയ്ക്കുള്ള അവധി ദിനങ്ങളിൽ തന്റെ വീട്ടിലെ അതിഥി മാത്രമായിരുന്നു അവൾ. മടക്കി മലയിലെ വീട്ടിലെത്തിയ നന്ദിത തന്റെ ചെറിയമ്മയുടെ വീടായ ചീരായിലേക്ക് കുറച്ചു നാൾ മാത്രം താമസം മാറ്റി. അവിടെ വെച്ചാണ് അവളിലേക്ക് പ്രണയത്തിന്റെ കോടമഞ്ഞ് പെയ്തത്. അജിത്തെന്ന സുമുഖൻ നന്ദിതയുടെ ഹൃദയത്തിലേറി. തനിക്കൊത്ത വിദ്യാഭ്യാസമോ, ജോലിയോ അജി

ത്തിനില്ലായിരുന്നിട്ടും അവരുടെ പ്രണയം പൊലിഞ്ഞില്ല. വീട്ടുകാർ ശക്തമായി എതിർത്തിട്ടും അവൾ അജിത്തുമായുള്ള പ്രണയം ആഘോഷിച്ചു. ഫാറൂഖ് കോളേജിലെ താൽക്കാലിക അധ്യാപന കാലയളവിൽ നന്ദിത അജിത്തിനെ രജിസ്റ്റർ വിവാഹം ചെയ്തു. പിന്നീട് വയനാട്ടിൽ വന്ന് അമ്പലത്തിൽ പോയി ആർഭാടപൂർവ്വം വിവാഹിതയായ അവൾ എന്നും വ്യവസ്ഥിതിയോടും തന്റെ വീട്ടുകാരുടെ കാഴ്ചപ്പാടിനോടും പുറം തിരിഞ്ഞു നടന്നു. അതിന് നേരിടേണ്ടി വന്ന വിഷമതകൾ അവൾ അവഗണിച്ചു.

തന്റെ പ്രിയപ്പെട്ടവൻ ഗൾഫിൽ ജോലി ആവശ്യാർത്ഥം വണ്ടി കയറി. ബോംബെയിലെത്തിയ അയാൾ ചില സാങ്കേതിക കാരണങ്ങളാൽ കുറച്ചു നാൾ അവിടെ തങ്ങി. ബോംബെയിലുള്ള അജിത്തിനെ കാണാൻ അവളുടെ മനസ്സ് വെമ്പി. നാട്ടിലെ ഷോപ്പിംഗ് കേന്ദ്രങ്ങളിലൊക്കെ കയറി അവന് ധാരാളം സമ്മാനങ്ങൾ വാങ്ങി വണ്ടി കയറി അജിത്തിനടുത്തെത്തി. അവനോടൊപ്പം നന്ദിത ഉല്ലാസവതിയായി ബോംബെയിൽ താമസിച്ചു നാട്ടിലേക്ക് തിരിച്ചു, വീട്ടിലെത്തി. ജനുവരി 17ന് രാത്രി അമ്മയോടു പറഞ്ഞു "ഒരു എസ് ടി ഡി കോൾ വരും, ഞാൻ തന്നെ അറ്റൻഡ് ചെയ്തോളാം." കൃത്യം 10.30ന് വന്ന ഫോൺ കോൾ തുടങ്ങുമ്പോൾ സന്തോഷവതിയായിരുന്ന നന്ദിത അവസാനിക്കുമ്പോൾ അസ്വസ്ഥയായിരുന്നു. ക്ഷോഭിക്കുന്ന കടൽ ശാന്തമാകുമെന്ന പ്രതീക്ഷയിലാണ് അമ്മ പ്രഭാവതി ഉറക്കിലേക്ക് വഴുതിയത്. പെട്ടന്നുതന്നെ ഒരു ശബ്ദം കേട്ട് ഞെട്ടിയെഴുന്നേൽക്കുമ്പോൾ ചുവരിൽ ഒരു നിഴലാട്ടമാണ് കണ്ടത്. അത് അവളായിരുന്നു നന്ദിത... തന്റെ മകൾ. ഷാളറുത്ത് താഴെയിട്ടപ്പോൾ ജീവന്റെ ചെറുചൂട് അവശേഷിച്ചിരുന്നു. -പ്രതീക്ഷയറ്റു മരണത്തിന്റെ തണുപ്പിലേക്ക് അവൾ നടന്നു അനശ്വരമായ കവിതകൾ സമ്മാനിച്ച്.

www.ingramcontent.com/pod-product-compliance
Lightning Source LLC
LaVergne TN
LVHW042305051026
849519LV00012B/2775
9789383007929